राजधानी दिल्ली

दिलीपराज प्रकाशन प्रा. लि.[TM]

२५१ क, शनिवार पेठ, पुणे - ४११०३०.

दिलीपराज प्रकाशनाची सर्व पुस्तके आता आपण **Online** खरेदी करू शकता.

आमच्या **Website** ला कृपया एकदा अवश्य भेट द्या अथवा **Email** करा.

Email - diliprajprakashan@yahoo.in

www.diliprajprakashan.in

आपला
भारत ६

राजधानी दिल्ली

राजा मंगळवेढेकर

दिलीपराज प्रकाशन प्रा. लि.™

२५१ क, शनिवार पेठ, पुणे - ४११०३०.

राजधानी दिल्ली
Rajdhani Delhi

लेखक : राजा मंगळवेढेकर

ISBN : 978 - 93 - 5117 - 000 - 6

प्रकाशक । राजीव दत्तात्रय बर्वे । मॅनेजिंग डायरेक्टर ।
दिलीपराज प्रकाशन प्रा. लि. । २५१ क, शनिवार पेठ । पुणे ४११०३०.
दूरध्वनी क्रमांक (फॅक्ससहित)
२४४७१७२३ । २४४८३९९५ । २४४९५३१४

मुद्रक । रेप्रो इंडिया लिमिटेड, मुंबई

सुधारित आधुनिक आवृत्ती । १५ जून २०१५
(मे २०१५ पर्यंतच्या माहितीसह)

प्रकाशन क्रमांक । २१५९

अक्षरजुळणी । सौ. मधुमिता राजीव बर्वे
पितृछाया मुद्रणालय । ९०९, रविवार पेठ । पुणे ४११००२.

मुद्रितशोधन । सुभाष फडके

मुखपृष्ठ । सागर नेने

भिन्नतेत या अभिन्न...

भिन्नतेत या अभिन्न आज गाऊ आरती
लक्ष हस्त, लक्ष पाद, हृदय एक भारती
भिन्न वेष, भिन्न भाष, भिन्न धर्मरीती
भिन्न जात, भिन्न पंथ, तरीही एक संस्कृती ।।१।।

भिन्न रंग, भिन्न ढंग, भिन्न भाव-आकृती
भिन्न छंद, भिन्न बंध, आगळी कलाकृती ।
भिन्न वाणी, भिन्न गाणी, अर्थ एक वाहती
भिन्न शौर्य, भिन्न धैर्य, घोष एक गर्जती ।।२।।

भिन्न भवन, भिन्न हवन, भिन्न क्षेत्र मानिती
लहर लहर भिन्न तरी, एक गगन-माती ।
भिन्न तार, ताल तरी, एक मधुर झंकृती
कमलपुष्प हासते पाकळ्यांतुनी किती ।।३।।

राजा मंगळवेढेकर

अनुक्रमणिका

१. राजधानी दिल्ली

नव्या राज्याची निर्मिती ही एक दीर्घ अशी लोकशाही प्रक्रिया आहे. केंद्र सरकार हा निर्णय घेण्याची पूर्वतयारी म्हणून एक आयोग नेमून त्याला या विषयासंबंधी अभ्यास करून अहवाल सादर करण्यास सांगू शकते. या आयोगाने नवीन राज्याच्या सीमा, शेजारी राज्यांबरोबरील पाणी वाटप, राजधानी, उच्च न्यायालयाची स्थापना तसेच राज्य निर्मितीसाठी आवश्यक असणाऱ्या अन्य बाबींचा विचार करावयाचा असतो. आयोगाच्या अहवालानंतर लोकसभेत किंवा राज्यसभेत राष्ट्रपतींच्या शिफारशीनुसार संबंधित बदल करण्यासाठीचे बिल प्रस्तुत करावे लागते. त्यानंतर हे बिल संबंधित राज्याच्या विधानसभेकडे त्यांनी निर्धारित समयात त्यांचा अभिप्राय, विचारविमर्श आणि अनुसंमती केंद्राला कळवावी यासाठी पाठविले जाते. (ज्या राज्यात विधानसभा व विधानपरिषद ही दोन्ही सदने असतील, त्या राज्यात या दोन्ही सदनात ही प्रक्रिया करणे आवश्यक असते.) त्या राज्याच्या विधानसभेने निर्धारित समयाच्या आत सर्वानुमतीने त्यासंबंधीचा ठराव पास करून तो केंद्राकडे पाठवावा लागतो. राष्ट्रपतींवर राज्यातून पास झालेला ठराव बंधनकारक नसतो. राज्याने त्या विरुद्ध ठराव केला किंवा निर्धारित समयमर्यादेत कोणताही ठराव केला नाही, तरीही राष्ट्रपतींना नवीन राज्य निर्मिती करण्याचा किंवा न करण्याचा अधिकार असतो. तरीही केंद्र सरकारच्या निर्णयाच्या बाजूने जनमत वळविण्याची राजकीय आवश्यकता, तसेच लोकांच्या इच्छा व आकांक्षा लक्षात घेतल्या जातात. नवीन राज्य निर्मितीसाठी राज्य सरकारने त्यांच्या विधानसभेत पास केलेल्या बिलाला लोकसभा व राज्यसभा यांच्याकडून अनुमती असल्याचे

स्वतंत्र बिल प्रस्तुत केले जाते व ते दोन्ही गृहात बहुमताने पास झाल्यावर नवीन राज्याची स्थापना होते.

भारतीय गणराज्याची राजधानी दिल्ली शिवालिक व अरवली पर्वतमालेच्या संगमावर वसलेली आहे. ही पर्वतरांग दिल्लीच्या दक्षिण, पश्चिम, वायव्य व ईशान्य दिशेची सीमा निश्चित करते. या रांगेची सर्वाधिक उंची समुद्रसपाटीपेक्षा १००० फूट एवढी आहे. यमुना नदीच्या किनारी हे शहर वसले आहे. त्यामुळे पावसाळ्याच्या दिवसात सखल भागात पुराचे पाणी पसरण्याचा धोका असतो. जरी यमुनेच्या गाळाच्या मातीने येथील जमीन अत्यंत सुपीक झालेली असली, तरी शहरीकरणामुळे फारच थोडे क्षेत्र लागवडीखाली दिसून येते.

पूर्वी, म्हणजे स्वातंत्र्य मिळाल्यानंतर जवळजवळ ४० वर्षांपेक्षा अधिक काळापर्यंत, हा एक केंद्रशासित प्रदेश होता. १९९१ साली राज्यघटनेतील ६९ व्या घटनादुरुस्तीअंतर्गत त्याला राष्ट्रीय राजधानी क्षेत्र (नॅशनल कॅपिटल टेरिटरी ऑफ दिल्ली) असा दर्जा दिला गेला. या प्रदेशात एकंदर ९ जिल्हे किंवा प्रशासकीय विभाग आहेत. दिल्ली म्युनिसिपल कॉर्पोरेशन, न्यू दिल्ली म्युनिसिपल कॉर्पोरेशन आणि दिल्ली कँटोंमेंट बोर्ड यांच्यात सर्व प्रदेशाचे प्रशासन वाटून दिलेले आहे. लोकसंख्येच्या दृष्टीने आपल्या देशात दिल्ली हे मुंबईच्या खालोखाल दुसऱ्या क्रमांकाचे शहर आहे, तर क्षेत्रफळाच्या दृष्टीने सर्वात मोठे शहर आहे.

या प्रदेशातील लोकसंख्येचे धर्मनिहाय वितरण पुढील कोष्टकात दाखविले आहे.

लोकसंख्या	**मुस्लीम %**	**हिंदू %**	**शीख %**	**बौद्ध व अन्य%**
१३,८५०,५०७	१६,२३,५२०	११,३५८,०४९	५,५५,६०२	३१३,३३६
२००१ च्या जनगणनेनुसार	११.७२	८२.००	०४.०१	२.२७

जिल्हाचार लोकसंख्या, स्त्री-पुरुष गुणोत्तर, साक्षरता, क्षेत्रफळ वगैरे संबंधीची माहिती पुढील कोष्टकात दिली आहे.

जिल्हा	लोकसंख्या	जिल्हा	लोकसंख्या
मध्य	२,७४,४९९	उत्तर पश्चिम	१५,९७,३४७
पूर्व	८,००,१७७	दक्षिण	१२,५९,१२७
नवी दिल्ली	६४,०६२	दक्षिण पश्चिम	९,८०,५७८
उत्तर	४०४,७७६	पश्चिम	११,८३,९३८
उत्तर पूर्व	१०,४३,३९०		
एकूण लोकसंख्या	**स्त्री:पुरुष गुणोत्तर**	**साक्षरता**	**शहरी:ग्रामीण गुणोत्तर**
१,६७,८७,९४१	**८६८/१०००**	**८६.२१%**	**९८/०२**
एकूण क्षेत्रफळ	**जंगले**	**सिंचनाखालचे**	**१५ शहरे**
१,४८३ कि. मी^{2}	**८६ किमी^{2}**	**३० हजार हेक्टर**	**१५८ खेडी**

दिल्लीमध्ये राज्य आणि केंद्रीय दोन्ही स्तरावरील कार्यालये, न्यायालये, अन्य संस्था, विधिमंडळे वगैरे आहेत. सुप्रीम कोर्ट, दिल्ली हायकोर्ट तसेच स्मॉल कॉज कोर्ट व सेशन्स कोर्ट ही सर्व आपल्याला येथे पाहावयास मिळतील. दिल्ली राज्याची विधानसभा तर आहेच, परंतु त्याशिवाय संपूर्ण देशाची लोकसभा व राज्यसभादेखील येथेच आहेत. त्याचबरोबर राष्ट्रपती भवन, केंद्रीय सचिवालये, जगातील सर्व देशांचे दूतावाससुद्धा येथेच आहेत. देशोदेशींच्या राजदूतांची निवासस्थाने व कचेऱ्या चाणक्यपुरी या भागात आहेत. दिल्लीसाठी अन्य राज्यांप्रमाणे राज्यपाल नसतात, तर केंद्रशासित प्रदेशांच्या धर्तीवर लेफ्टनंट गव्हर्नर नियुक्त केले जातात. विधानसभेच्या ७० जागांमधून निवडून आलेले आमदार आपल्या मुख्यमंत्र्याची निवड करतात. अन्य राज्यांप्रमाणे दिल्ली राज्याचेही मंत्रीमंडळ असते. दिल्ली राज्यातून लोकसभेच्या सात तर राज्यसभेच्या तीन जागा निवडून दिल्या जातात.

संपूर्ण वर्षभरात दिल्लीमध्ये संमिश्र हवामान अनुभवायला मिळते. डिसेंबर, जानेवारी, फेब्रुवारी महिन्यात चांगलीच थंडी असते व किमान तापमान ७ अंश सेल्सियस तर कमाल तापमान १९ अंश सेल्सियस असे असते. जानेवारी महिन्यात सर्वाधिक थंडीच्या वेळी दाट धुके पडते व

मेट्रोच्या कामाची माहिती समजावून घेण्यासाठी अत्यंत उपयुक्त कोष्टक

मार्ग	प्रारंभ	शेवटचा विस्तार	स्थानके	लांबी (किमी)	प्रारंभिक व स्थानक	अंतिम	गाड्यांची संख्या	गेज	विद्युतशक्ती
रेड लाईन	२४ डिसेंबर २००२	४ जून २००८	२१	२५.०९	दिलशाद गार्डन	रिठाला	२६ गाड्या	१६७६ मिमी	२५ केव्हीओ
यलो लाईन	२० डिसेंबर २००४	३ सप्टेंबर २०१०	३४	४४.६५	जहांगीरपुरी	हुडा सिटी सेंटर	६० गाड्या	१६७६ मिमी	२५ केव्हीओ
ब्लू लाईन	३१ डिसेंबर २००५	३० ऑक्टोबर २०१०	४४	४९.९३	नोइडा सिटी सेंटर	द्वारका सेक्टर २१	७० गाड्या	१६७६ मि मी	२५ केव्ही ओ
	७ जानेवारी २०१०	१४ जुलई २०११	७	८.७ ४	यमुना बँक	वैशाली		१६७६ मिमी	२५ केव्ही ओ

ग्रीन लाईन	३ एप्रिल २०१०		१३ १५.१४	इंदरलोक	मुंडका	१५ गाड्या	१४३५ मिमी	
	२७ ऑगस्ट २०११	-	२ ३.३२ २	कीर्तीनगर	अशोक पार्क मेन		१४३५ मिमी	२५ केव्ही ओ
व्हायोलो ट लाईन	३ ऑक्टोबर २०१०	१४ जानेवारी २०११	१५ २०.०४	केंद्रीय सचिवालय	बदरपूर	३० गाड्या	१४३५ मिमी	२५ केव्हीओ
एअरपोर्ट	२३		६ २२.७०	नवी	द्वारका	८	१४३५	२५ केव्ही ओ

कधी कधी विमान आणि अन्य वाहतुकीला अडचण होते. मार्च महिन्याच्या सुरुवातीला वाऱ्याची दिशा वायव्येकडून नैऋत्येकडे बदलते. त्यामुळे राजस्थानच्या वाळवंटातून येणारे गरम व धुळीचे वारे दिल्लीवरून वाहू लागतात. एप्रिल, मे, जून या महिन्यांतील हवामान अतिशय उष्ण, म्हणजे किमान तापमान २८ अंश सेल्सियस व कमाल तापमान ४० अंश सेल्सियसहूनही अधिक, असे असते. जुलै महिन्यापासून पावसाला सुरुवात होते. सरासरी वार्षिक पाऊस ७१४ मि. मी. किंवा २८ इंच असतो.

दिल्ली भूकंपी क्षेत्र ४ या क्षेत्रात समाविष्ट केले जाते, म्हणजे त्या शहराला मोठ्या प्रमाणात भूकंपाचा धोका आहे असे मानले जाते. तथापि गेल्या कित्येक वर्षांच्या इतिहासात तसे काही घडलेले नाही.

मेट्रो रेल्वे

दिल्लीच्या आधुनिक इतिहासातील एक महत्त्वपूर्ण पान म्हणजे दिल्लीची मेट्रो रेल्वे. या महत्त्वाकांक्षी प्रकल्पाच्या पहिल्या दोन टप्प्यांमध्ये पुढे कोष्टकात दिलेल्या मार्गांवरून मेट्रो रेल्वे धावू लागली आहे. पहिल्या दोन्ही टप्प्यांचा एकंदर खर्च १४,४३० कोटी रुपये झाला असेल, असा

अंदाज आहे. यात ब्लू (७० गाड्या, ५१ स्थानके), रेड (२६ गाड्या, २१ स्थानके), ग्रीन (१५ गाड्या, १५ स्थानके), वायोलेट (१५ गाड्या, ३० स्थानके) व यलो (६० गाड्या, ३४ स्थानके) हे मार्ग, तसेच इंदिरा गांधी आंतरराष्ट्रीय विमानतळासाठीचा एक्सप्रेस मार्ग (८ गाड्या, ६ स्थानके) यांचे पहिल्या व दुसऱ्या टप्प्यातील काम पूर्ण झाले आहे. या प्रकल्पात एकूण १९२.७ किमी रेल्वेमार्गावर १४२ स्थानके आहेत व दिवसाकाठी वीस लाख लोक त्यातून प्रवास करतील. या स्थानकांमधील ३५ स्थानके जमिनीखाली, ५ जमिनीच्या पातळीवर तर बाकीची जमिनीपासून उंचीवर आहेत. कोष्टक मेट्रोच्या कामाची माहिती समजावून घेण्यासाठी अत्यंत उपयुक्त आहे.

दिल्ली मेट्रो रेल्वे निगम लिमिटेड या सेवेचे संपूर्ण नियंत्रण करते. त्याचे पहिले मॅनेजिंग डायरेक्टर डॉ. ई. श्रीधरन यांनी विलक्षण कौशल्य आणि कार्यक्षमता दाखवून अंदाजित खर्चापेक्षा कमी खर्चात व नियत वेळेच्या जवळ जवळ तीन वर्षे आधीच काम पूर्ण करून जणू काही चमत्कारच घडवला. २४ डिसेंबर २००२ ला तत्कालीन पंतप्रधान श्री. अटलबिहारी वाजपेयी यांच्या हस्ते मेट्रोच्या पहिल्या टप्प्याचे उद्घाटन केले गेले, तेव्हापासून आतापर्यंत (जानेवारी २०१३) पहिले दोन टप्पे पूर्णपणे कार्यरत झाले आहेत (सोबतचे कोष्टक पहा) आणि तिसऱ्या व चौथ्या टप्प्याचे काम चालू आहे.

मेट्रो रेल्वे ही एक विश्वस्तरीय द्रुतगती वाहतूक प्रणाली आहे व मार्गाच्या लांबीच्या बाबतीत तिचा जगात तेरावा क्रमांक लागतो. भारतात कोलकत्त्याला पहिली मेट्रो सेवा सुरू झाल्यावर दिल्लीची मेट्रो ही दुसरी सेवा आहे. या सेवेने दळणवळण अतिशय सुलभ झाले असून नुकत्याच झालेल्या राष्ट्रकुल खेळांमध्ये याचा प्रत्यय लोकांना आला. दिल्ली राज्यात ६९३२.१५ मेगावॅट इतकी विद्युत निर्मिती करण्याची क्षमता प्रस्थापित केलेली आहे. त्यातील ६१२५ मे. वॅ. वीज औष्णिक, १२२ आण्विक, ६६६ जल, तर उरलेली अपारंपरिक उर्जा स्त्रोत्रातून मिळते.

दिल्ली हे एक ऐतिहासिक शहर आहे. मुघल साम्राज्यातील जुन्या वास्तूंच्या अवशेषांतून हे दिसून येते. पुरानी दिल्ली भागात मोडकळीला आलेल्या इमारती, अरुंद गल्ल्या-बोळ, यांचे जाळे अजूनही पाहायला

मिळते. दिल्लीवासियांसाठी ही एक जपून ठेवण्याची बाब आहे. देशाला १९४७ मध्ये स्वातंत्र्य मिळाल्यानंतर दिल्लीची खूप प्रमाणात वाढ होऊन शहराच्या सीमा यमुनेच्या पूर्व किनाऱ्यावर, तसेच पश्चिमेच्या पर्वतरांगेपर्यंत आणि राष्ट्रीय राजधानी क्षेत्राच्याही पलीकडे म्हणजे शेजारच्या राज्यांपर्यंतही पसरल्या. सुरुवातीला देशाच्या फाळणीनंतर पाकिस्तानातून स्थलांतरित झालेल्या लाखो हिंदू निर्वासितांनी दिल्लीत आसरा घेतला होता. त्यानंतरच्या काळातही देशातल्या अन्य भागातील लोक केंद्र सरकारच्या नोकरीनिमित्त किंवा रोजगारीसाठी दिल्लीत स्थायिक होण्याचा परिपाठ चालूच राहिला. नवी दिल्ली या नव्याने वसवलेल्या शहराच्या सीमा वाढत वाढत काही काळानंतर जुनी व नवी दिल्ली एकच होऊन गेली. पूर्वीच्या साम्राज्यांतील मकबरे व किल्ले यांच्या आजूबाजूला उंच-उंच इमारती, बाजारपेठा आणि आधुनिक शहराच्या अन्य घटकांनी गर्दी केली. या शीघ्र गतीच्या विकासाची किंमत या शहराला मोजावी लागली, यात काही नवल नाही.

लोकसंख्या वाढल्यामुळे शहराच्या नागरी व्यवस्थापनात अनेक अडचणी येऊ लागल्या. जगातील कोणत्याही बड्या शहरांप्रमाणे अपुरी आरोग्यव्यवस्था, वाहतुकीची कोंडी, रोजच्या जीवनासाठी आवश्यक असणाऱ्या वीज, पाणी आणि घरे या गोष्टींची टंचाई या समस्या दिल्लीवासीयांना भेडसावू लागल्या आहेत. गेल्या दहा वर्षांत लोकसंख्येत चाळीस टक्के वाढ झाली आहे आणि आता ती दीड कोटींच्या घरात गेली आहे. या वाढत्या लोकसंख्येमुळे निवास, उद्योग, व्यापार वगैरेंसाठीची जागा अर्थातच कमी पडू लागली. त्यामुळे आजूबाजूच्या क्षेत्रांचा झपाट्याने विकास झाला आणि गुडगाव, नोईडा, फरिदाबादसारखी ठिकाणे प्रचंड प्रमाणात वाढली. या प्रक्रियेचा एक भाग म्हणून राष्ट्रीय राजधानी क्षेत्र विकसित केले गेले. तरीही बाहेरून आलेल्या अफाट लोंढ्यांना पेलण्याची आधारभूत संरचना उभी करणे, हे ऐके काळच्या सुनियोजित शहराला अशक्यप्राय झाले. खासकरून आर्थिक दृष्ट्या कमजोर लोकांसाठी राहण्याची व्यवस्था तुटपुंजी असल्यामुळे झुग्गी-झोपडी किंवा मराठीमध्ये ज्याला झोपडपट्टी म्हणतात यांची बेसुमार वाढ झाली. शहराच्या प्रशासकांसाठी ही एक मोठी डोकेदुखी आहे, कारण या वस्त्यांमध्ये मूलभूत सोई म्हणजे- पिण्याचे पाणी, स्वच्छता, वैद्यकीय मदत वगैरे देणे अवघड होते.

वाहतुकीची कोंडी व त्यासोबत प्रदूषणाचे अतिशय भयानक प्रमाण हे प्रश्न पण गंभीर स्वरूपाचे झाले आहेत. त्या संबंधी खास करून हवेच्या प्रदूषणाला रोखण्यासाठी १९८० पासून कसोशीने प्रयत्न करण्यात आले आहेत. त्याला सीमित यश मिळाले आहे.

फारच थोडी लोकसंख्या व वाहनांची संख्या डोळ्यासमोर ठेवून दिल्लीमधील वाहतूकव्यवस्था पूर्वी योजण्यात आली होती. गेल्या पंचवीस तीस वर्षात दिल्लीची लोकसंख्या प्रचंड प्रमाणात वाढल्यामुळे साहजिकच ही जुनी व्यवस्था अपूरी पडू लागली आणि त्यात वेगवेगळ्या सुधारणा करणे अत्यावश्यक झाले. जुन्या रस्त्यांवर उड्डाणपूल, रस्त्यांची रूंदी वाढवणे, शक्य तेथे अंडरपास बनविणे वगैरे उपायांनी वाहतुकीतील कोंडी बऱ्याच प्रमाणात आटोक्यात आणली गेली आहे. तरीही वाहतुकीचा ओघ इतका अधिक प्रमाणात आहे व त्यात बैलगाड्या, सायकल, रिक्षा, दुचाक्या अशी हळू चालणारी वाहने पण समाविष्ट असल्याने दिल्लीमध्ये रस्त्यांवर प्रवास करणे दुरापास्तच असते. जलद गतीने आणि भरपूर संख्येने प्रवाशांची वाहतूक करण्याचे निरनिराळे उपाय म्हणजे मेट्रो, सार्वजनिक परिवहन व्यवस्था वगैरे अमलात आणूनसुद्धा वाहनांची गर्दी, विशिष्ट वेळी होणारी कोंडी, तसेच वाहनांचे पार्किंग या समस्या अजून तरी पूर्णपणे सुटल्या आहेत असे म्हणता येत नाही. यमुनेवर गेल्या पंधरा वीस वर्षांत बांधलेल्या पुलांमुळे, तसेच चार्टर बसेसद्वारा केल्या जाणाऱ्या लांब पल्ल्याच्या वाहतुकीमुळे आणि बसेसची संख्या वाढविल्यामुळे परिस्थितीत निश्चितच सुधारणा आहे, पण तरीही अजून पुष्कळ प्रयत्न बाकी आहेत.

दूरचित्रवाणी

दूरचित्रवाणी हा आधुनिक भारतातील एक प्रचंड मोठा उद्योग आहे आणि निरनिराळ्या प्रादेशिक भाषांमध्ये हजारो कार्यक्रम रोज प्रसारित होत असतात. या छोट्या पडद्याने अनेक लोकांना प्रसिद्धीच्या झोतात आणले आहे व काही कलाकारांनी तर राष्ट्रीय पातळीवर नाव कमावले आहे. भारतातील अर्ध्याहून अधिक घरांमध्ये एकतरी टीव्ही असतोच आणि २०१२ पर्यंत वेगवेगळ्या ८२३ वाहिन्या आपापले कार्यक्रम प्रसृत करत होत्या. यापैकी १८४ वाहिन्या पे-चॅनेल्स आहेत.

१५ सप्टेंबर १९५९ रोजी दिल्ली येथे एक छोटा ट्रान्समीटर व तुटपुंजी साधने असलेल्या स्टुडीओतून भारताच्या पहिल्या दूरचित्रवाणीचा शुभारंभ झाला. १९६५ मध्ये आकाशवाणीचा एक विभाग या नावाखाली रोजचे प्रसारण सुरू करण्यात आले. १९७२ मध्ये मुंबई व अमृतसर येथे ही सेवा सुरू केली आणि १९७५ मध्ये फक्त ७ भारतीय शहरात ही सेवा अल्प प्रमाणात पोहोचली होती. १९७६ मध्ये आकाशवाणी व दूरदर्शन अशी फारकत करण्यात आली. १९८२ मध्ये राष्ट्रीय प्रसारणाला सुरुवात झाली. त्याच वर्षी रंगीत टीव्हीपण बाजारात उपलब्ध करण्यात आला. त्या काळात केवळ एकच राष्ट्रीय वाहिनी म्हणजे दूरदर्शन संपूर्ण देशात प्रसारण करीत असे व ती सरकारी मालकीची वाहिनी होती. रामायण व महाभारत या मालिकांनी त्या काळात संपूर्ण देशात लोकप्रियतेचा कळस गाठला होता. एका कार्यक्रमाच्या प्रेक्षकसंख्येच्या विश्वविक्रम या मालिकांच्या नावे आहे. कालांतराने अधिकाधिक लोकांच्या घरी टीव्ही आले व एकाच वाहिनीवरचे कार्यक्रम पाहण्याचा लोकांना कंटाळा येऊ लागला. त्यामुळे सरकारने दूरदर्शनची अजून एक वाहिनी सुरू केली जी अंशत: प्रादेशिक व अंशत: राष्ट्रीय कार्यक्रमांचे प्रसारण करू लागली. या वाहिनीला डीडी२ किंवा डीडीमेट्रो असे नाव देण्यात आले. या दोन्ही वाहिन्यांचे प्रसारण जमिनीवरून होत असे. (उपग्रहाच्या मदतीशिवाय) १९९५ ला डीडी इंटरनॅशनल नावाची एक वाहिनी सुरू केली जिच्याद्वारे दिवसातील १९ तास आंतरराष्ट्रीय स्तरावर प्रसारण करण्यात येई. या साठी पीएएस-१ व पीएएस-४ या उपग्रहांची मदत घेतली गेली. पीएएस-१ उत्तर अमेरिकेत व पीएएस-४ युरोप, अशिया व आफ्रिका येथे कार्यक्रम पोहोचवीत असे.

९० च्या दशकात टीव्हीप्रसारणावरील सरकारी एकाधिकार दूर झाला आणि त्यानंतर खाजगी उपग्रहीय वाहिन्यांनी भारतीय समाज व

जनमानस यांच्यावर आपला पगडा बसविण्यास सुरूवात केली. देशातील सर्व कानाकोपऱ्यांत पोहोचणाऱ्या या अतिशय शक्तीशाली माध्यमाने इतर माध्यमांना केव्हाच मागे टाकले आहे. याची आकडेवारी असे सांगते की, २०१२ मध्ये उपभोक्त्यांची संख्या टीव्ही ५५.४ कोटी वृत्तपत्रे ३५ कोटी, रेडियो १५.६ कोटी तर इंटरनेट ३.७ कोटी अशी होती. वरील ५५.४ कोटी पैकी ४६.२ कोटी लोकांकडे केबल किंवा सॅटेलाइट टीव्ही होते.

८० च्या दशकात लोकांना दूरदर्शनशिवाय कोणताच पर्याय नव्हता. हमलोग (१९८४), बुनियाद (१९८६-८७), यह जो है जिंदगी (१९८४), रामायण (१९८७-८८), महाभारत (१९८९-९०) या मालिकांद्वारे लोकांचे मनोरंजन होत असे. त्याशिवाय भारत एक खोज, द स्वोर्ड ऑफ टिपू सुलतान, चाणक्य वगैरे ऐतिहासिक, चित्रहार, रंगोली सारख्या सिनेगीतांवर आधारित, करमचंद, व्योमकेश बक्शी सारख्या रहस्यमय व मालगुडी डेज्, विक्रम वेताळ, तेनालीरामन् सारख्या लहान मुलांसाठी असलेल्या मालिका अतिशय लोकप्रिय होत्या.

एक उल्लेखनीय बाब अशी की, १९८२ मध्ये फेब्रुवारी-मार्चमध्ये पहिल्या नेहरू कप स्पर्धेत ईडन गार्डन्स, कोलकत्ता येथून पाच ऑनलाइन कॅमेरांद्वारा प्रथमच जिवंत रंगीत प्रसारण करण्याचा विक्रम प्रबीर रॉय यांच्या नावावर आहे. नोव्हेंबर १९८२ मध्ये आशियाई खेळांदरम्यान दूरदर्शनद्वारा केले गेलेले प्रसारण त्यानंतरचे आहे.

भारतीय टपाल सेवाः भारतीय टपाल सेवा ही भारतातील मध्यवर्ती सरकारच्या टपाल खात्यामार्फत (डिपार्टमेंट ऑफ पोस्ट्स) **इंडिया पोस्ट** या ब्रँडनावाने चालविली जाते. देशभर पसरलेल्या दीड लाखांहूनही अधिक टपाल कार्यालयामार्फत चालणारा इंडिया पोस्टचा कारभार हे जगातील या स्वरूपाचे सर्वात मोठे जाळे होय. देशाच्या दूरवरच्या आणि पोहोचायला अत्यंत अवघड भागातही पसरलेल्या या टपालसेवेच्या जाळ्यामार्फत अल्पबचत आणि इतर वित्तीय सेवाही चालविल्या जातात. भारत सरकाच्या दळणवळण आणि माहिती तंत्रज्ञान मंत्रालयाच्या अंतर्गत असलेल्या टपाल विभागात ही सेवा येते. याचा कारभार पाहण्यासाठी सहा सदस्य व एक अध्यक्ष असलेली टपाल सेवा मंडळ ही एक शिखर

संस्था असते. सध्याच्या टपालव्यवस्थेची सुरवात सतराव्या शतकात इस्ट इंडिया कंपनीच्या काळात झाली. १६८८ मध्ये मुंबई आणि मद्रास इथे कंपनी पोस्टची कार्यालये स्थापन झाली. मात्र त्याद्वारे केवळ कंपनीच्या टपालाचीच ने-आण होई. वॉरन हेस्टिंग्ज बंगाल प्रांताचे गव्हर्नर असताना आणि मुंबई आणि मद्रास प्रांताचे देखरेखीचे अधिकार त्यांच्याकडे असताना सन १७७४ मध्ये टपालसेवा जनतेसाठी खुली करण्यात आली. पोस्टमास्टर जनरलची प्रथमच नियुक्ती करण्यात आली आणि टपालसेवेसाठी पैसे भरल्याचा पुरावा म्हणून धातूची टोकन टपालासोबत वापरायला सुरूवात झाली. सुरुवातीच्या काळातील अडचणींवर मात करण्यासाठी सर्व प्रेसिडेन्सीअंतर्गतची टपाल सेवा एकसूत्री असावी असा विचार पुढे आला. त्यातूनच पहिला भारतीय टपाल कायदा, १८३७ हा अस्तित्वात आला. त्यात बदल झालेला नाही. पैसे भरल्याचा पुरावा म्हणून धातूची टोकन मागे पडून, १ ऑक्टोबर १८५४ पासून चिकट पार्श्वभाग असलेली टपाल तिकीटे अस्तित्वात आली. ३१ मार्च २०११ पर्यंत भारतीय टपालसेवेतील जवळजवळ ९० टक्के टपाल कार्यालये ग्रामीण भागात १० टक्के शहरी भागात होती. आपल्या देशाला स्वातंत्र्य मिळाले, तेव्हा फक्त २३,३४४ टपाल कार्यालये अस्तित्वात हाती व त्यापैकी बहुतांश शहरी भागातच होती. त्यानंतरच्या ६०-६५ वर्षांत टपाल सेवांचे जाळे सहापट मोठे झाले आहे व तेही प्रामुख्याने ग्रामीण भागात. सरासरी ७११४ नागरीकांसाठी एक टपाल कार्यालय असते. वेगळ्या प्रकारे मांडायचे तर सरासरी २१.२३ वर्ग किलोमीटर एवढ्या क्षेत्रफळासाठी एक टपाल कार्यालय सेवा पुरवते. संपूर्ण देशातील टपाल सेवा २२ टपाल मंडलांमध्ये विभागलेली आहे. प्रत्येक मंडलावर एक प्रमुख पोस्टमास्टर जनरल नियुक्त केलेला असतो. मंडलाचे विभाग व उपविभाग पाडलेले असतात. लष्करासाठी एक स्वतंत्र (तेवीसावे) टपाल मंडल असते ज्याचे अधिपत्य मेजर जनरलच्या पदाचा अधिकारी भूषवतो. जगातील सर्वाधिक उंचीवरील टपाल कार्यालय भारतातील हिमाचल प्रदेश या राज्यात हिक्कीम या ठिकाणी आहे. त्याच पिन कोड १७२११४ आहे व ते समुद्रसपाटीपासून १५,५०० फूट इतक्या उंचीवर आहे.

पिनकोड किंवा पोस्टल इंडेक्स कोड या सहा आकडी कोडची

सुरुवात १५ ऑगस्ट १९७२ रोजी झाली. या नुसार देशामध्ये पिनचे ९ विभाग आहेत. त्यापैकी पहिले आठ भौगोलिक प्रदेश आहेत तर नववा विभाग लष्करासाठी राखीव आहे. सहा आकड्यांतील पहिला आकडा विभाग व त्यानंतरचे दोन आकडे उपविभाग (टपाल मंडल) निर्देशित करतात. पहिल्या तीन आकड्यांद्वारा पत्रांचे सॉर्टिंग करण्याचे क्षेत्र दाखविले जाते. शेवटच्या तीन आकड्यांनी डिलीव्हरी करण्याचे टपाल कार्यालय निर्देशित होते. पिन कोडचा वापर केल्यामुळे टपाल सेवेत सुलभता येते. कोणत्याही ठिकाणचा पिन कोड टपाल सेवेच्या बेवसाइटवरून मिळू शकतो.

आशियातील पहिले चिकटवता येण्याजोगे टपाल तिकिट जुलै १८५२ मध्ये बार्टल फ्रेरे नावाच्या चीफ कमिशनरने सिंध जिल्ह्यात सुरू केले. या तिकिटांचे सिंध डाक असे नाव नंतर प्रचलित झाले. जून १८६६ पर्यंत या तिकिटांचे मूल्य अर्धा आणा असे होते. १ ऑक्टोबर १९५४ मध्ये सर्वप्रथम सर्व भारत देशात चालतील अशी टपाल तिकिटे सुरू केली गेली. १८६६ नंतर ईस्ट इंडिया कंपनीची तिकिटे जारी केली गेली. वर १९५४ मध्ये मनी ऑर्डर फॉमची पुढची व मागची बाजू दाखविलेला आहे. १५ ऑगस्ट १९४७ या दिवशी भारताला स्वातंत्र्य मिळाल्यावर भारतीय टपाल व तार खात्याने तिकिटे जारी करण्याविषयी एक धोरण अंगीकृत केले. २१ नोव्हेंबर १९४७ या दिवशी स्वतंत्र भारताचे पहिले टपाल तिकीट जारी केले गेले. यात भारताचा राष्ट्रध्वज आणि वरच्या कोपऱ्यात जय हिंद अशी अक्षरे दाखविली होती याचे मूल्य साडेतीन आणे असे होते. १५ ऑगस्ट १९४८ रोजी भारताच्या स्वातंत्र्यदिनाच्या पहिल्या वर्धापनदिनी राष्ट्रपिता महात्मा गांधींच्या स्मृतीप्रीत्यर्थ एक तिकिट प्रसिद्ध केले गेले. त्यानंतर एका वर्षाने भारताच्या सांस्कृतिक परंपरेला रेखाटणारी एक निश्चित अशी तिकिटांची मालिका प्रसिद्ध केली गेली. यात मुख्यत्वेकरून हिंदू, मुस्लिम, शीख आणि जैन देवळे, शिल्पकृती, स्मारके आणि किल्ले यांचा समावेश केलेला होता. २६ जानेवारी १९५० ला प्रजासत्ताक दिनाच्या स्मृत्यर्थ तिकिटे काढली गेली. त्यानंतर वेगवेगळ्या विषयासूत्रांवर (विज्ञान व तंत्रज्ञान, संत, पुढारी, सुप्रसिद्ध व्यक्ती, विशेष दिवस, दशमान नाणेपद्धती अमलात आल्यावर मूल्य ...नया पैसा असे दर्शविणारी व भारताचा नकाशा असलेली तिकिटे

वगैरे) तिकिटे काढण्याची एक परंपराच भारतीय टपाल खात्याने राबवली. १९६२ मध्ये तिकिटांवरचा पूर्वीचा "India Postage" इंडिया पोस्टेज हा इंग्रजी मजकूर छापण्याचे बंद केले गेले व त्या ऐवजी "भारत India" असे छापायला सुरूवात केली. स्वातंत्र्य मिळाल्यापासून १९८३ वर्षांपर्यंत वेगवेगळी ७७० तिकिटे जारी करण्यात आली.

आपल्या देशाने ब्रह्मदेश (स्वातंत्र्यापूर्वी), नेपाळ, बांगलादेश, भूतान, पोर्तुगाल आणि इथिओपिया या देशांची टपाल तिकिटे व अन्य टपाली लेखनसाहित्य छापून दिली आहेत.

९ मार्च २०११ रोजी भारतीय टपालखात्यातर्फे ऑनलाईन ई-पोस्ट ऑफिस सुरू करण्यात आले. पोर्टलवर इलेक्ट्रॉनिक मनी ऑर्डर्स, तात्काळ मनी ऑर्डर्स, संग्राहकांसाठी विशेष तिकिटे, तिकिटे, टपालसंबंधी माहिती, एक्सप्रेस किंवा आंतरराष्ट्रीय शिपमेंट्सच्या ट्रॅकिंगची व्यवस्था, पिन कोडचा शोध आणि ऑनलाईन तक्रारी व फीडबॅक नोंदवण्याची सोय उपलब्ध आहे. नॅशनल फिलॅटेलिक म्युझियम ऑफ इंडियाचे उद्घाटन ६ जुलै, १९६८ रोजी नवी दिल्ली येथे झाले. या संग्रहालयात भारतात डिझाईन केलेली, मुद्रण केलेली व जारी केलेली असंख्य टपाल तिकिटे आहेत. त्या शिवाय स्वातंत्र्यपूर्वीच्या संस्थानांमधील तिकिटे, अगदी सुरूवातीची पोस्टकार्डे, आंतरदेशीय पत्रे, फर्स्ट डे कव्हर्स, परदेशी वापरण्यात आलेली भारतीय तिकिटे, सुरुवातीच्या तिकिटांची प्रुफे, वेगवेगळ्या रंगांच्या ट्रायल्स यांचा प्रचंड साठा आहे २००९ मध्ये या संग्रहालयाचे नूतनीकरण केले गेले. आता त्यात एक फिलाटेलिक ब्यूरो, व्हिक्टोरियन पोस्टबॉक्सेस अशा नव्या वस्तूंची भर पडली आहे.

एअर मेलची तिकिटे जारी करणारा भारत हा जगातील पहिला देश होता. त्याची शताब्दी साजरी करण्यासाठी १२ ते १८ फेब्रुवारी २०११ या कालखंडात नवी दिल्ली येते आंतरराष्ट्रीय फिलाटेलिक प्रदर्शन भरविण्यात आले होते. याला इंडिपेक्स २०११ या नावाने संबोधित केले जाते. या प्रसंगी महात्मा गांधीच्या स्मृत्यर्थ एक विशेष तिकीट काढण्यात आले, जे खादीवर छापलेले होते आणि याचे वितरण तत्कालिन राष्ट्राध्यक्ष श्रीमती प्रतिभा पाटील यांच्या हस्ते करण्यात आले होते.

★★★

२. साक्षी इतिहास

दिल्ली ही भारताची राजधानी आहे. दिल्लीने प्राचीन काळापासून अनेक राजे महाराजे आणि त्यांची साम्राज्ये पाहिलेली आहेत. दिल्ली शहराइतका दीर्घकालीन राजकीय इतिहास दुसऱ्या एखाद्या शहराने क्वचितच पाहिला असेल.

दिल्लीचा उल्लेख 'इंद्रप्रस्थ' या नावाने महाभारतात आढळतो. महाभारतात तत्कालीन महापदांचा उल्लेख आहे. त्यात 'कुरुवन' नामक एक विशेष प्रसिद्ध प्रदेश होता. याच प्रदेशात प्राचीन 'प्राणीप्रस्थ' म्हणजे हल्लीचे पानिपत, 'श्रोणिप्रस्थ' म्हणजे हल्लीचे सोनीपत इत्यादी ऐतिहासिक स्थळे होती. आज ही गावे दिल्ली नजीकच्या हरियाना राज्यात आहेत.

पांडवांनी शांती व सलोखा राहावा आणि परस्परातील कलह मिटावा म्हणून कौरवांच्याकडे जी पाच गावे मागितली होती त्यापैकीच ही गावे होती. पांडवांनी आपल्या तरुणपणी इंद्रप्रस्थ नावाची नगरी वसवलेली होती. त्यांनी आपला राजसूय यज्ञ याच इंद्रप्रस्थ नगरीत केला होता आणि आपले स्वतंत्र राज्यही येथेच स्थापन केले होते. इंद्रप्रस्थ नगरीत पांडवांच्या वंशजांनी पुढे सुमारे १८५० वर्षे राज्य केले होते असे म्हणतात. आज इंद्रप्रस्थ हा विस्तीर्ण दिल्लीचा एक भाग आहे.

इ. स. ७३६ पासून पुढे दिल्ली शहराचा इतिहास सुसंगत रीतीने, उपलब्ध होतो. दिल्ली या शहराची स्थापना तोमर वंशातील अनंगपाल नावाच्या राजाने केली. दिल्ली या नावाबद्दल अनेक आख्यायिका आहेत. अनंगपाल राजाने ही नगरी वसविल्यावर तिचे नाव बदलून 'लालकोट' असे ठेवले होते. याच अनंगपालाने या नगरीत एक लोहस्तंभ उभारला होता. त्या वेळी 'या स्तंभाचे खालचे टोक शेषाच्या मस्तकाला जाऊन भिडले असल्यामुळे तो अगदी भक्कम झाला आहे आणि जोपर्यंत तो असा राहील तोपर्यंत तुझे राज्य शाश्वत ठरेल' असे एका ब्राह्मणाने अनंगपालाला सांगितले होते.

याची प्रचिती पाहण्यासाठी अनंगपालाने तो लोहस्तंभ उपटून

काढण्याची सेवकांना आज्ञा दिली आणि तो उपटून काढताच स्तंभाच्या खालच्या मुळाला खरोखरच रक्त लागलेले दिसले. ते पाहून ब्राह्मणाच्या वचनाची खात्री राजाला पटली व तो भयभीत झाला. त्याने तो स्तंभ पुन्हा पूर्वीसारखा रोवून टाकण्यास सांगितले. परंतु या वेळी तो रोवताना पूर्वीप्रमाणे पक्का रोवला गेला नाही आणि थोडा ढिलाच राहिला. हा लोहस्तंभ म्हणजे ही लोखंडी लाट अशी ढिली राहिल्यामुळे या स्थानाला 'ढिली' असे नाव प्राप्त झाले. ढिलीचे पुढे ढिल्ली व त्याचेच पुढे दिल्ली असे रूपांतर झाले. 'किली तो ढिली व्हयी, तोमर भया पतिहीन' अशी एक हिंदी काव्यपंक्ती या संदर्भात प्रसिद्ध आहे.

काही जुन्या शिलालेखातही 'ढिल्लिका' असा उल्लेख आढळतो. सुलतान मोहब्बत-बिन-तुघलक याच्या काळातील हा शिलालेख दिल्लीपासून दक्षिणेकडे पाच मैलांवर असलेल्या 'सारबन' नावाच्या गावात मिळाला आहे. हल्ली हा शिलालेख दिल्लीच्या म्युझियममध्ये आहे. या शिलालेखात सोळा श्लोक असून त्यातील तिसरा असा आहे :

देशोऽस्ति हरियानाख्यः पृथिव्यां स्वर्गसन्निभः।
ढिल्लिकाख्या पुरी तत्र तोमरैरस्ति निमिता ।
तोमरानन्तरं तस्यां राज्यं हितकंटकम।
चाहमाना नृपाश्चकुः प्रजापालनतत्पराः ॥

यात हरियाणाचाही उल्लेख असून त्याला 'स्वर्गसंन्निभः' म्हणजे स्वर्गतुल्य म्हटले आहे. या श्लोकातील दुसऱ्या चरणातील 'ढिल्लिकाः' म्हणजे 'पुरी' तोमर वंशजांनी वसवली असा उल्लेख आहे; म्हणजे याचा अर्थ असाही होतो की दिल्ली व आसपासचा प्रदेश हा त्या वेळी हरियाणा म्हणूनच ओळखला जात असे. किंबहुना दिल्ली केंद्रस्थानच मानले जात असे. 'दिल्ली दिप हरियाना' अशी एक लोकवस्ती प्रसिद्ध आहे.

इंद्रप्रस्थ या प्राचीन नगरीच्या जागी जे एक लहान गाव वसलेले आहे त्यात यादव वंशातील धिल्लन नावाच्या जाट लोकांची बरीच वस्ती होती म्हणून त्या नगरीला 'धिल्ली' असे म्हणण्यात येऊ लागले व त्याचेच पुढे 'दिल्ली' झाले असेही सांगतात.

कोणी एक 'देल्हू' नावाचा राजा होऊन गेला, त्याची इथे राजधानी होती; म्हणून या ठिकाणाला दिल्ली नाव पडले असे म्हणतात. परंतु या

देल्हू राजाचा ठावठिकाणा इतिहासात व अन्यत्र कोठेही लागत नाही.

इंद्रप्रस्थ या प्राचीन नगरीच्या परिसरात गेल्या सुमारे १००० वर्षांच्या काळात जी नगरे निर्माण झाली त्या सर्वांचा समावेश आजच्या दिल्लीत होतो. काही ग्रंथातून इंद्रप्रस्थ, रायपिठौरा, मुबारकपूर, तुघलकाबाद, सीरी, शाहजहाबाद आणि दिल्ली अशा उपनगरांसह दिल्लीच्या परिसराचे वर्णन दिले आहे. दिल्लीच्या परिसरात दिसणारे जुन्या वास्तूंचे भग्नावशेष दिल्लीच्या प्राचीनत्वाची साक्ष देतात. प्रतिहार, गहडवाल, चौहान, गुलाम, खिलजी, तुगलघ, सैयद, लोधी, सूर, मोगल, इंग्रज इतक्या राजवटी दिल्लीने पाहिलेल्या आहेत. निरनिराळ्या राजवटीतील राजांनी वेगवेगळ्या इमारती, किल्ले, मंदिरे, मशिदी या परिसरात बांधल्या.

दुसऱ्या अनंगपाळाने ११ व्या शतकात दिल्ली येथे बांधलेला कुतुबमिनार आहे. त्याच्याजवळ नगराभोवती लालपरकोटे म्हणजे लालकोट नावाचा एक तट बांधलेला होता. हा लालकोट सव्वा दोन मैल परिघाचा होता आणि तटाच्या भिंतींची उंची ६० फूट होती. लालकोटाचा काही काही भाग अजूनही काही ठिकाणी भग्नावस्थेत दिसतो. शिवालिक पर्वताच्या विष्णुपद म्हणून ओळखल्या जाणाऱ्या गिरीवर चंद्र नावाच्या राजाने उभारलेला एक मिश्र धातूचा स्तंभ या परिसरात आणून अनंगपालाने उभारला असेही सांगितले जाते.

तोमर राजवटीनंतर दिल्लीवर चौहानांचे राज्य आले. त्यातील पृथ्वीराज चौहान हा अत्यंत प्रसिद्ध शूर राजा होऊन गेला. त्याने लालपरकोटाच्या भोवती दुसरा एक प्रचंड तट बांधला, त्यालाच रायपिठोरा म्हणतात. महंमद घोरीने अनेक वेळा दिल्लीवर स्वाऱ्या केल्या परंतु पृथ्वीराज चौहानाने दरवेळी त्याचा पराभव केला. पृथ्वीराजाच्या दरबारात चंदबरदाई नावाचा एक कवी होता. त्याने 'पृथ्वीराज रासो' नावाचे एक काव्य लिहिलेले असून त्यात त्या काळाचा इतिहास व पृथ्वीराज चौहानाचे शौर्य वर्णन केले आहे.

अनेक वेळा पराभव होऊनसुद्धा महंमद घोरीने दिल्ली घेण्याचा नाद सोडला नाही. ११९३ मध्ये त्याने पुन्हा मोठ्या तयारीनिशी दिल्लीवर स्वारी केली आणि त्यावेळी मात्र पृथ्वीराज चौहानाचा पराभव झाला. दिल्लीवर मुसलमानी राजवट सुरू झाली. घोरींच्या पश्चात त्यांच्यातीलच

एक सरदार कुतुबुद्दीन याने येथे राज्य केले. याच्याच कारकिर्दीत कुतुबमिनार बांधण्यास सुरुवात झाली असे म्हणतात. काहींच्या मते पृथ्वीराज चौहान यानेच कुतुबमिनार बांधला असे आहे.

१३ व्या शतकामध्ये पठाण वंशातील कैकुबाद नावाच्या बादशहाने किलोखिडी नावाचे एक शहर याच परिसरात वसवले होते अशी आख्यायिका आहे. १६ व्या शतकापर्यंत अकबराच्या कारकिर्दीपर्यंत दिल्ली ही भारताची राजधानी म्हणूनच राहिली. १३०३ मध्ये बाहेरच्या मंगोल आक्रमणापासून संरक्षण मिळावे या हेतूने अल्लाउद्दीन खिलजीने सीरी नावाची एक नगरी या परिसरातच वसवलेली होती. त्या नगरीचे भग्नावशेष आजही दिल्लीच्या परिसरात आढळतात.

१३२१ मध्ये गियासउद्दीन तुघलक याने तुघलकाबाद वसवले. याच वंशातील महंमद तुघलक याने आपली राजधानी दिल्लीहून दक्षिणेत महाराष्ट्रातील दौलताबाद येथे आणली होती. परंतु काही दिवसांनी पुनश्च त्याने दिल्लीलाच आपली राजधानी बनवली. १३५४ मध्ये फिरोज तुघलक याने फिरोजाबाद नावाची नगरी वसवली. फिरोजशाह कोटला नावाची प्रचंड वास्तू तेथे त्याने बांधली. फिरोज तुघलकने मेरठ येथील अशोक स्तंभ आणवून तो या इमारतीत उभारला. १५५३ मध्ये हुमायून या मोगल बादशहाने 'दनपनाह' नावाची आणखी एक नगरी वसवण्यास सुरुवात केली होती. परंतु शेरशाह सुरीने ती उद्ध्वस्त करून 'शेरगढ' नावाचे एक नवीनच नगर वसवले. १५४० मध्ये वसवलेले स्थान आज पांडवांचा किल्ला किंवा पुराणा किल्ला या नावाने प्रसिद्ध आहे. शेरशहा सूरीचा मुलगा सलीमशहा सूरीने १५४६ मध्ये सलीमगढ गावाचे शहर वसवले. शेरशहा सूरीने पराभव केल्यावर हुमायून इराणमध्ये पळून गेला होता. परंतु १८ वर्षानंतर तो परत मोठ्या तयारीनिशी हिंदुस्थानात परत आला व शेरशहा सूरीच्या वंशजांचा पराभव करून त्याने दिल्ली काबीज केली.

मोगल सम्राट अकबर याने दिल्लीहून आपली राजधानी आग्रा येथे नेली होती आणि १६५० पर्यंत मोगल बादशहांनी आग्र्याहूनच राज्यकारभार केला. परंतु शहाजहान बादशहाने आग्र्याहून राजधानी दिल्लीला आणली. जुनी दिल्ली नावाने जे शहर आज प्रसिद्ध आहे त्याची निर्मिती त्याने

केली. शहाजहाँची मुलगी जहाँनारा बेगम हिने चांदणी चौकातील बाजार वसविला. त्यानंतर जवळजवळ १०० वर्षे मोगल बादशहांनी दिल्लीवर राज्य केले. परंतु १७३९ मध्ये नादीरशहाने आक्रमण करून दिल्ली उद्‌ध्वस्त करून टाकली होती. येथून पुढे दिल्लीच्या नशिबी पतनकाल आला. ब्रिटिशांनी १८०३ मध्ये दिल्ली आपल्या ताब्यात घेतली. परंतु १८५७ पर्यंत मोगलांचेच राज्य तेथे होते. १८५७ च्या क्रांतियुद्धानंतर दिल्ली शहर हा पंजाब प्रांताचाच एक भाग बनवून टाकलेला होता. कारण इंग्रजांनी आपली राजधानी कलकत्ता येथे ठेवली होती. परंतु दिल्लीचे राजकीय महत्त्व कमी झालेले नव्हते.

१९११ साली दिल्लीमध्येच इंग्रजांनी आपला मोठा दरबार भरवला होता. तेव्हापासून दिल्ली हीच त्यांनी भारताची राजधानी केली होती. आज प्रसिद्ध असलेली नवी दिल्ली सर एडविन लुटेन्स आणि हरबर्ट बेकर यांच्या देखरेखीखाली इंग्रजांनी निर्माण केलेली आहे. राष्ट्रपतीभवन, लोकसभा, सचिवालय आणि इंडिया गेट इ. इमारतीची निर्मिती पुढे नव्या दिल्लीतच झाली. कॅनॉट प्लेस नावाचा मोठा बाजारही नव्या दिल्लीतच आहे.

१५ ऑगस्ट १९४७ रोजी भारताला स्वातंत्र्य मिळाले व भारताचे पहिले पंतप्रधान पंडित जवाहरलाल नेहरू यांनी भारताचा राष्ट्रध्वज लाल किल्ल्यावर फडकविला. स्वतंत्र भारताची राजधानी म्हणून दिल्ली जगप्रसिद्ध आहे.

सध्या आपल्याला दिल्ली म्हणून जे शहर दिसते, ते वेगवेगळ्या हिंदू व मुस्लिम सम्राटांनी वेगवेगळ्या काळात याच परिसरात वसवलेल्या सात शहरांचे आजचे रूप आहे. त्या सात शहरांविषयी थोडक्यात माहिती घेऊया.

यातील सर्वात प्राचीन शहर म्हणजे **इंद्रप्रस्थ.** महाभारतातील कथेनुसार पांडवांनी या नगरीची स्थापना केली. आणि सध्याच्या पुराना किला या भागात ही नगरी इसवी सनापूर्वी पंधराशे वर्षापूर्वी अस्तित्त्वात होती.

लाल कोट किंवा रायपिठोरा किला- तोमर वंशातील अनंगपाल याने १०६० साली लाल कोटीची स्थापना केली. तोमरांकडून पृथ्वीराज

चौहानाच्या पुर्वजांनी ती काबीज केली. व तेथे रायपिठोरा किल्ला बांधला. या किल्ल्याचे काही अवशेष कुतुब मिनाराच्या परिसरात आढळतात.

मेहरौली- पृथ्वीराज चौहानाला ११९२ साली महमद्द घोरीच्या समोर पराभव पत्करावा लागला. घोरीचा गुलाम कुतुबुद्दीन ऐबक भारतात त्याचा प्रतिनिधी म्हणून राहिला होता. ११९३ साली कुतुबुद्दीन स्वत:च राज्यावर बसला व त्याने दिल्ली ही गुलाम वंशाच्या साम्राज्याची राजधानी घोषित केली. उत्तर हिंदुस्थानातील ही पहिली मुस्लिम राजवट होती. कुतुबुद्दीन ऐबकाने मेहरौली येथील हिंदू स्मारके तोडून टाकली व त्या जागी निरनिराळी इस्लामी स्मारके उभारली. त्यापैकी सर्वात प्रसिद्ध म्हणजे कुतुब मिनार होय.

सिरी- गुलाम वंशानंतर खिलजी वंशाची राजवट आली. या वंशातील सर्वात कर्तबगार शासनकर्ता अल्लाउद्दीन खिलजी होता. त्याने सिरी या नगराची निर्मिती १३०४ साली केली. या नगराचे अवशेष हौज खास परिसरात आढळतात. खिलजींनी बांधलेला एक मोठा पाण्याचा

हौद आणि गुलमोहर पार्क हे ते अवशेष आहेत.

तुघलकाबाद-१३२१ आणि १३२५ या काळात घियासुद्दीन तुघलक या सुलतानाने हे शहर वसवले. यातील किल्ल्याच्या उंच तटबंदी व भिंतींचे अवशेष जवळच्या एका टेकाडीवर पाहण्यास मिळते. या ठिकाणाहून आजुबाजूच्या प्रदेशाचे फारच सुंदर दृश्य पाहण्यास मिळते. या किल्ल्यांच्या प्रवेशद्वारापाशीच या शहराच्या संस्थापकाची संगमरवरी घुमटाकार कबर आहे. याच्या आग्नेय कोपऱ्यापासून अदिलाबादच्या किल्ल्याचे अवशेष पसरलेले आढळतात. अदिलाबादचा किल्ला घियासुद्दीनचा मुलगा, महम्मद तुघलक याने बांधला होता.

जहाँपन्हा - किल्ला राय पिठोरा व सिरी यांच्या मधल्या प्रदेशात महम्मद -बिन-तुघलक या घियासुद्दीनच्या वंशराजाने जहॉपन्हा हे शहर वसवले होते. तरीही तुघलकाबाद हीच राजधानी राहिली. या महम्मद - बिन-तुघलक या धियासुद्दीनच्या वंशजाने जहॉपन्हा हे शहर वसवले होते. तरीही तुघलकाबाद हीच राजधानी राहिली. या महम्मद-बिन-तुघलकालाच इतिहासात वेडा महम्मद म्हणून ओळखले जाते.

फिरोजाबाद- १३५४ साली फिरोज शहा तुघलकाने फिरोजाबाद किंवा फिरोजशाह कोटला या शहराची यमुनेच्या तीरावर स्थापना केली. या शहराच्या बालेकिल्लाचे अवशेष अजुनही पाहण्यास मिळतात. याच परिसरात इसवी सनापुर्वी तिसऱ्या शतकातील अशोक स्तंभ देखील अजुनही उभा आहे. असे म्हणतात की, फिरोजशाहाने हा स्तंभ अंबाल्याहून दिल्लीला आणला. फिरोजशहाच्या मरणानंतर १३९८ साली तैमूर लंगाने दिल्लीवर चढाई केली. व अतिशय निदर्यपणे सामान्य नागरिकांची कत्तल व लूट केली. आज फिरोज शाह कोटला हे एक सुप्रसिद्ध क्रिकेट स्टेडियम आहे.

दिल्ली शेर शाही- (शेरगढ) - १५५४ साली दुसरा मुघल सुलतान हुमायून याने आपली नवी राजधानी दीनपनाह येथे बांधायला सुरुवात केली. १५४० साली शेर शाह सुरीने हुमायूनचा पराभव केला व दिल्लीवर कबजा केला. त्याने दीनपनाह नेस्तानाबूत केले. त्या जागी नव्या राजधानीची उभारणी सुरु केली. हूमायूनने १५५५ साली पुन: दिल्लीवर कबजा मिळवला आणि शेर शाहने बनविलेल्या पुराना किल्ल्याचे

बांधकाम पूर्ण केले.

शहाजहानाबाद- शहाजहान हा एक सुप्रसिद्ध मुगल सम्राट होता. त्याने शहाजहानाबाद (सध्याची जुनी दिल्ली) हे शहर सतराव्या शतकाच्या मध्यात वसवले किंवा विकसित केले. त्यानंतर त्याने आपली राजधानी आग्र्याहून शहाजनाबाद येथे हलविली. शहाजनाबादमध्ये लाल किल्ला, जामा मशीद अशी प्रसिद्ध स्थाने आहेत. व पर्यटकांमध्ये आजही त्या बद्दल आकर्षण आहे.

या शिवाय ब्रिटिश राजवटीत एडरविन लुटयेन्स या ब्रिटिश वास्तुशास्त्रज्ञाने डिझाईन करुन निर्माण केलेली नवी दिल्ली हे या नंतरचे म्हणजे आठवे शहर होय. विसाव्या शतकाच्या सुरवातीला ब्रिटीशांनी त्यांची राजधानी कलकत्याहून दिल्ली दरबारात औपचारिक घोषणा करण्यात आली. वीस वर्षानंतर बांधकाम पूर्ण झाल्यावर नवी दिल्ली शहराचे उद्घाटन केले गेले.

★ ★ ★

३. लोक आणि लोकाचार

दिल्लीच्या लोकांवर आणि त्यांच्या राहणीवर दिल्लीच्या इतिहासाचा फारच मोठा प्रभाव दिसून येतो. गेल्या अनेक वर्षांच्या ऐतिहासिक घडामोडी व परंपरांचे मिश्रण दिल्लीमध्ये दिसून येते. फूलवालोंकी सैर, हे त्याचे एक प्रतीकात्मक उदाहरण आहे. १३ व्या शतकातील सूफी संत ख्वाजा बख्तियार काकी यांच्या मेहरौली येथील दर्ग्यापासून दरवर्षी फुलवाल्यांची मिरवणूक निघते व तिचा शेवट तेथील योगमाया मंदिरात एक रंगीबेरंगी फुलांचा पंखा अर्पण करून केला जातो. हा उत्सव १८१२ सालापासून हिंदू व मुस्लिम या दोन्ही समुदायांकरवी साजरा केला जात आहे व त्यातून त्यांच्यातील ऐक्यभावना प्रतीत होते.

भारतातील सर्व प्रांतांच्या नागरिकांची सांस्कृतिक मंडळे येथे आहेत, त्यामुळे दिवाळी, दुर्गापूजा, दसरा, गणपती, कृष्णजन्म, रामनवमी, गुरुनानक जयंती, महाशिवरात्री, बुद्ध जयंती, महावीर जयंती, ईद, मोहर्रम, लोहरी हे सर्व दिवस उत्साहाने साजरे केले जातात.

कुतुब फेस्टिव्हल हा नृत्य व संगीताचा तीन दिवसांचा कार्यक्रम नोव्हेंबर-डिसेंबर महिन्यात कुतुब मिनाराच्या परिसरात दरवर्षी केला जातो. या शिवाय दिल्लीमध्ये पतंग महोत्सव, आंतरराष्ट्रीय आंबा महोत्सव हे पण साजरे केले जातात.

दर दोन वर्षांनी दिल्लीमध्ये प्रगती मैदानावर आंतरराष्ट्रीय पुस्तक मेळा भरतो. आशिया खंडातील सर्वात मोठे व जगातील दुसऱ्या क्रमांकाचे मोटरगाड्यांचे प्रदर्शनही दिल्लीतच दर दुसऱ्या वर्षी भरते.

दिल्लीवासीयांच्या खाण्यापिण्याच्या सवयींवर मुघली राजवटीचा

प्रभाव असला, तरी तेथील विविध देशांच्या, प्रांतांच्या रहिवाशांच्या उपस्थितीमुळे जगातील सर्व प्रकारचे पदार्थ तेथे चाखायला मिळू शकतात. मुघलाई पद्धतीचे खाद्यपदार्थ तेथील मूळ रहिवाशात तर लोकप्रिय आहेतच, पण बाहेरच्या देशातील लोकांनाही दिल्लीत राहून त्याची चटक लागली आहे. खास करून जिलबी, दही-वडा, कचोरी, छोले भटुरे, चाट, लस्सी हे शाकाहारी पदार्थ व बटर चिकन, तंदूरी चिकन, बिर्याणी, कबाब हे मांसाहारी खाद्यपदार्थ जगभर पोहोचले आहेत. जुन्या दिल्लीतील चांदणी चौकाजवळची पराठेवाली गल्ली हे खवैय्यांचे आवडते स्थळ आहे. भारताच्या प्रत्येक पंतप्रधानांनी येथील पराठा किमान एकदा तरी खाल्ला आहे, असे सांगतात.

आता दिल्लीत मॉल संस्कृती फोफावली आहे. जागोजागी मोठमोठे शॉपिंग संकुल उभारले जात आहेत आणि त्यात एकाच ठिकाणी सर्व गोष्टी खरेदी करता येतात; एवढेच नव्हे तर खाण्यापिण्याची, मनोरंजनाची पण व्यवस्था असते, त्यामुळे खास करून नोकरी करणाऱ्या जोडप्यांसाठी आपापल्या कच्च्याबच्च्यांना घेऊन वीकेंडला मॉलमध्ये जाण्याची फॅशन रुळत चालली आहे.

दिल्लीच्या संस्कृतीतील एक नवी बाब म्हणजे, मोठ्या संख्येने नाइट क्लबात जाणारी तरुणाई. खाओ-पिओ और ऐश करो, ही मानसिकता घेऊन शनिवार-रविवार घालवण्याऱ्यांची सर्व प्रकारची व्यवस्था ताज पॅलेस (माय काईंड ऑफ प्लेस) मौर्या शेरटन (घुंगरूज), पार्क हॉटेल (समप्लेस एल्स) हयाट रीजन्सी (ओॲसिस) आणि मेरिडियन (सी.जे.ज्) डान्स क्लबांमध्ये रात्री उशीरापर्यंत उपलब्ध असते.

दिल्लीमध्ये नव्याने झालेली आंतराराष्ट्रीय दर्जाची हॉटेल्स व रेस्टॉरंट्स दिल्लीवासीयांच्या जीवनशैलीतील बदलाला सहायकच आहेत. पिझ्झा हट, मॅकडोनाल्ड्स आणि निरूलाज अशी अनेक ठिकाणी शाखा असलेली रेस्टॉरन्ट्स अंत्यंत लोकप्रिय आहेत. त्यात हल्ली नव्याने सुरु झालेली टेक-अवेची कल्पना किंवा टेलीफोनवर ऑर्डर देऊन घरपोच मागविण्याची सोय दिल्लीकरांच्या पथ्यावरच पडली आहे. गर्दीत वाट पाहायला नको, पार्किंगची गैरसोयही नाही; घरबसल्या त्याच चवीचे खाद्यपदार्थ खायला मिळतात. त्याचा आस्वाद उपभोगणे हल्ली सर्वांनाच पसंत आहे असे

दिसते. एके काळी ढाबे व कोपऱ्यातील तंदूर ही लोकांची खाण्या पिण्याची ठिकाणे होती पण आता चित्र खूपच पालटले आहे.

तरुणांच्या पोशाखातील बदल सुद्धा उल्लेखनीय आहे. पश्चिमी संस्कृतीचे अनुकरण युनिव्हर्सिटी कँपस, तसेच बाजारातील तयार कपड्यांच्या दुकानांतून सर्रास बघायला मिळते. आंतरराष्ट्रीय ब्रँन्डचे कपडे (व त्याचे डुप्लिकेटसुद्धा) अतिशय लोकप्रिय असले, तरीही पारंपरिक वेशभूषा आणि संस्कृती यांचे दिल्लीच्या जीवनशैलीतील स्थान अजूनही टिकून आहे.

दिल्ली ही देशाची राजधानी असल्यामुळे येथे शिक्षणाची उत्तम दर्जाची सोय असणार हे वेगळे सांगायला नकोच. दिल्लीच्या नागरिकांमधील किमान १६ टक्के नागरिक किमान एक तरी महाविद्यालयीन पदवी घेतलेले आहेत. सीआयएससीई, एनसीईआरटी (सीबीएसई) आणि एनआयओएस या तीन संस्थांच्या प्रशासनाच्या अंतर्गत दिल्लीमधील सर्व शिक्षणसंस्था कार्यरत आहेत. २००४-५ साली प्राथमिक शाळेत १५.२९ लाख, पूर्व माध्यमिक शाळात ८.२२ लाख व माध्यमिक शाळात ६.६९ लाख विद्यार्थी होते. त्यांच्यात मुलामुलींची संख्या जवळपास अर्धी अर्धी होती.

इंडियन इन्स्टिट्यूट ऑफ टेक्नॉलॉजी

उच्च शिक्षणाचे प्रशासन दिल्ली राज्य सरकारच्या शिक्षण विभागाच्या निदेशालयाकडे सोपविलेले आहे. २००६ साली दिल्लीमध्ये १६५ महाविद्यालये, ५ मेडिकल व ८ इंजिनियरिंग महाविद्यालये, ७ युनिव्हर्सिटीज व ९ डीम्ड युनिव्हर्सिटीज् होत्या. एकंदर ५ लाख विद्यार्थी दिल्लीमध्ये महाविद्यालयीन शिक्षण घेत आहेत. विज्ञान आणि तंत्रज्ञानाच्या बाबतीत आशिया खंडात १९९९ साली चौथ्या क्रमांकावर असलेली इंडियन इन्स्टिट्यूट ऑफ टेक्नॉलॉजी, तसेच वैद्यकीय संशोधन व उपचार यांच्यात अग्रगण्य मानली गेलेली ऑल इंडिया इन्स्टिट्यूट ऑफ मेडिकल सायन्सेस या दोन्ही संस्था दिल्लीतच आहेत. त्या शिवाय दिल्ली युनिव्हर्सिटी, जवाहरलाल नेहरू युनिव्हर्सिटी, इंदिरा गांधी नॅशनल ओपन युनिव्हर्सिटी, इंद्रप्रस्थ इन्स्टिट्यूट ऑफ इन्फरमेशन टेक्नॉलॉजी, जामिया मिलिया इस्लामिया, इंडियन ॲग्रिकल्चर रीसर्च इन्स्टिट्यूट-पुसा, गुरु गोबिंदसिंग इंद्रप्रस्थ युनिव्हर्सिटी,. नॅशनल लॉ युनिव्हर्सिटी, आंबेडकर युनिव्हर्सिटी-दिल्ली अशा नामांकित शिक्षणसंस्था येथे आहेत.

पुढील यादीत दिल्लीमधील प्रमुख ग्रंथालये दिली आहेत.

- इंडियन ॲग्रिकल्चर रिसर्च इन्स्टिट्यूट, पुसा
- झाकीर हुसैन सेंट्रल लायब्ररी, जामिया मिलिया इस्लामिया युनिव्हर्सिटी
- अमेरिकन सेंटर लायब्ररी
- ब्रिटिश कौन्सिल लायब्ररी
- दिल्ली पब्लिक लायब्ररी
- दिल्ली युनिव्हर्सिटी लायब्ररी
- इंडियन कौन्सिल ऑफ हिस्टॉरिकल रीसर्च
- इंडियन कौन्सिल ऑफ सोशल सायन्स रीसर्च
- नॅशनल अर्काइव्हज् ऑफ इंडिया
- नॅशनल सायन्स लायब्ररी
- मॅक्समुल्लर भवन

दिल्ली शहराने कित्येक मोठ्या खेळांचे यजमानपद भूषविले आहे. सर्वात पहिल्या आशियाई खेळांचे आयोजन दिल्लीला १९५१ मध्ये केले गेले. त्याच काळी जुन्या नॅशनल स्टेडियमची निर्मिती झाली. त्यानंतर

१९८२ साली नवव्या आशियाई खेळांचे आयोजन दिल्लीत केले गेले. तेव्हा दिल्लीचा जणू काही कायापालटच झाला. विविध खेळांसाठी विश्वस्तरीय दिल्लीवासीय, जलतरणाचे तलाव, धावण्याचे ट्रॅक्स अशा विविध सुविधा, त्याचबरोबर तीन हजाराहून अधिक खेळाडूंच्या राहण्यासाठी गेम्स व्हिलेज, त्यांच्या दळणवळणासाठी बसेस आणि देशोदशींच्या पत्रकार व अन्य पाहुण्यांच्या राहण्यासाठी नवनवीन पंचतारांकित हॉटेल्स, त्याचबरोबर नवीन रस्ते वगैरे निर्माण करून दिल्ली शहराने स्वतःच्या विकासात एक मोठीच उडी मारली. आजही त्या काळच्या बसेस मुंबई पुणे मार्गावर प्रवाशांची ने-आण करीत आहेत. या खेळांच्या आयोजनात श्री. राजीव गांधी यांनी महत्त्वाची भूमिका बजावली होती.

१९८९ साली दिल्लीमध्ये आठव्या आशियाई ॲथलेटिक्स स्पर्धा घेतल्या गेल्या.

२०१० साली दिल्लीने कॉमनवेल्थ म्हणजे राष्ट्रकुल स्पर्धांचे आयोजन करून क्वालालपूरनंतरचे या खेळांचे यजमानपद भूषविणारे ते आशियातील दुसरे शहर ठरले. या वेळीसुद्धा आपल्या व्यवस्थापनाची कसोटी होती, कारण ७१ देशातील सहा हजारांवर खेळाडूंची, २१ प्रकारच्या खेळांची व २७२ स्पर्धांची वेळापत्रके, उपकरणे, पंच, स्कोअरबोर्ड, प्रसारमाध्यमातील वार्तांकन तसेच देशविदेशातील लाखो प्रेक्षक आणि विशेष मान्यवर व्यक्ती, त्यांची सुरक्षा, सुरळीत परिवहन, स्वच्छतागृहे, अल्पोपहार अशा एक ना अनेक गोष्टींचे, सर्व प्रकारचे व्यवस्थित आयोजन करणे, हे एक फार मोठे व जबाबदारीचे कार्य होते. यात देशाची प्रतिष्ठा पणाला लागली होती. एकंदरीत हा संपूर्ण सोहळा मोठ्या धामधुमीत पार पडला.

२००५ सालापासून दिल्लीत दरवर्षी अर्ध-मॅरेथॉन शर्यत भरविली जाते. यात देशविदेशातील हजारो स्पर्धक भाग घेतात. यात अर्धी मॅरेथॉन, ७ किमी. लांबीची ग्रेट दिल्ली रन ही स्पर्धा, ज्येष्ठ नागरीकांसाठी ४.३ कि.मी. लांबीची व विकलांग (व्हीलचेअरवरील) स्पर्धकांसाठी ३.५ कि.मी. लांबीची अशा एकूण चार स्पर्धा असतात.

२०१० मध्ये ध्यानचंद नॅशनल स्टेडिअममध्ये पुरुषांच्या हॉकीच्या विश्वचषक स्पर्धेचे यजमानपद दिल्लीला मिळाले होते. भारताकडे जेव्हा जेव्हा क्रिकेटच्या विश्वचषक स्पर्धेचे यजमानपद होते, तेव्हा तेव्हा दिल्लीमध्ये

क्रिकेटचे एकदिवसीय सामने खेळले जातात. त्याशिवाय दिल्लीतील फिरोजशाह कोटला या मैदानावर क्रिकेट खेळणाऱ्या सर्वच देशांविरुद्धचे कसोटी सामने होतात. त्या शिवाय २० ओव्हर्सच्या आंतरराष्ट्रीय व आयपीएलच्या सामन्यांचा आनंद लुटण्यात दिल्लीवासीय नेहेमीच मोठ्या संख्येने स्टेडियम्समध्ये गर्दी करतात.

क्रिकेटच्या खालोखाल येथे फुटबॉल हा खेळ लोकप्रिय आहे. त्या खेळासाठी येथे आंबेडकर स्टेडिअम हे वीस हजार प्रेक्षकांची क्षमता असलेले एकमेव मोठे स्टेडियम आहे. दिल्लीत अनेक छोट्या मोठ्या क्लबांतून हा खेळ खेळला जातो. नेहरू कप फुटबॉलच्या स्पर्धा दिल्लीत २००७ पासून भरविल्या जातात.

ऑल इंडिया टेनिस असोसिएशनचे मुख्य कार्यालय आर. के. खन्ना टेनिस कॉंप्लेक्समध्ये आहे. दिल्ली हे राजधानीचे शहर असल्यामुळे बऱ्याच खेळांची राष्ट्रीय पातळीवरील मुख्य कार्यालये येथे आहेत.

मोटरकार रेसिंगसाठी आंतरराष्ट्रीय स्तराचा ट्रॅंक, बुद्ध इंटरनॅशनल सर्किट, ग्रेटर नोइडा येथे आहे. दर वर्षी येथे फॉर्म्युला वन इंडियन ग्राँ प्रीचे आयोजन होते.

इंदिरा गांधी एरीना हे इनडोअर स्टेडिअमपण दिल्लीतच आहे. येथे जिम्नॅस्टिक्स, सायकलिंग (व्हेलोड्रोमसहित), कुस्ती या खेळांचे आयोजन करावयाची व्यवस्था आहे. हे खेळ पाहण्यासाठी अनुक्रमे चौदा हजार, चार हजार व सात हजार प्रेक्षकांची बसण्याची सोय आहे.

दिल्लीचा इंदिरा गांधी इंटरनॅशनल विमानतळ भारतातील सर्वात अधिक रहदारीचा विमानतळ आहे. २०११-१२ मध्ये त्यावरून एकूण साडेतीन कोटी प्रवाश्यांनी प्रवास केला. २०३० पर्यंत हा आकडा दहा कोटीवर जाईल असा अंदाज वर्तविण्यात येतो. २०११-१२ मध्ये एकंदर ३,४५, १४३ विमाने येथे उतरली किंवा येथून उडली आणि सहा लाखाहून अधिक टन मालाची वाहतूक केली गेली. येथे तीन धावपट्ट्या आहेत व टर्मिनल १ सी येणाऱ्या विमानांसाठी आणि टर्मिनल १ डी जाणाऱ्या विमानांसाठी वापरले जाते. या दोन्ही टर्मिनलवर देशांतर्गत उड्डाणे होतात.

टर्मिनल ३ चे उद्‌घाटन २०१० मध्ये करण्यात आले. याचे

क्षेत्रफळ ५,४०,००० किमी ^{२} आहे व एका वर्षात ३.६ कोटी प्रवाश्यांना सेवा देण्याची त्याची क्षमता आहे. ही जगातील चोवीसाव्या क्रमांकाची मोठी इमारत आहे व आठव्या क्रमांकाचे प्रवासी टर्मिनल आहे. याचे बांधकाम हेलमथ, ओबाटा आणि कासाबॉम या आंतरराष्ट्रीय इंजिनीयरिंग व आर्किटेक्चर कंपनीच्या डिझाईनप्रमाणे आणि मोट मॅकडोनाल्ड या सल्लागारांच्या देखरेखीत झाले आहे. या दोन स्तरीय इमारतीमधील खालच्या स्तरावर येणाऱ्या विमानांची आणि वरच्या स्तरावर जाणाऱ्या विमानांची व्यवस्था केलली आहे. या टर्मिनलमध्ये २४० चेक इन काउंटर्स, ९६ इमिग्रेशन काउंटर्स, १५ एक्सरे स्क्रीनिंग सुविधा, ७८ एअरोब्रिज, १८ बॅगेज वाहक पट्टे यांच्या सहित अनेक डयूटी फ्री शॉप्स आणि इतर सुखसोयी आहेत. २०१० च्या राष्ट्रकुल स्पर्धेच्या वेळी हे टर्मिनल सेवारत केले गेल्यामुळे त्याचा फायदा सर्वांच्या डोळ्यात भरला. राष्ट्रीय महामार्ग ८ आणि दिल्ली मेट्रो यांच्या द्वारे हा विमानतळ दिल्लीशी जोडला आहे.

येथे ७ स्तर व ६३०० गाड्यांची पार्किंग करण्याची क्षमता असलेली भारतातील पहिलीच स्वयंचलित पार्किंग व्यवस्थापन आणि मार्गदर्शनप्रणाली कार्यरत आहे. दर वर्षी भारतातील मुस्लीम यात्रेकरू हजच्या यात्रेला मोठ्या संख्येने जाता. त्यांच्या सोयीसाठी आणि त्यामुळे

अन्य प्रवाशांना त्यांचा प्रवासात व्यत्यय येऊ नये या कारणाने एक स्वतंत्र हज टर्मिनल उभारले आहे. या टर्मिनलची क्षमता दर वर्षी १ कोटी प्रवासी एवढी आहे. ही यात्रा दरवर्षी दोन महिन्यांपुरतीच मर्यादित असते, त्यामुळे बाकीच्या दहा महिन्यांत टर्मिनल ५ व ६ म्हणून त्याचा उपयोग करण्याची कल्पना विचाराधीन आहे. टर्मिनल ५ व ६ निर्मिती प्रवाशांची संख्या जसजशी वाढेल त्याचा अंदाज घेऊन पुढच्या टप्प्यात करण्याचा मानस आहे. पुढील टप्प्यात एकंदर क्षमता १० कोटीवर जाऊन पोहोचेल, असे अनुमान आहे.

कार्गो टर्मिनल हे मुख्य टर्मिनलपासून १ किमी अंतरावर आहे. येथे, एका वर्षात दहा लाख टन कार्गो हाताळण्याची क्षमता आहे.

★ ★ ★

४. भाषा आणि साहित्य

दिल्लीची अधिकृत भाषा हिंदी आहे. दिल्लीच्या लोकसंख्येतील बहुंताश लोक हिंदी बोलतात. परंतु दिल्ली हे अनेक वर्षांपासून राजधानीचे शहर असल्यामुळे वेगवेगळ्या प्रांतातून आलेले लोक वेगवेगळ्या प्रकारचे हिंदी बोलतात. त्यामुळे दिल्लीतील हिंदीवर उर्दू, पंजाबी या भाषांचा तसेच भोजपुरी, राजस्थानी, ब्रजभाषा, अवधी, गढवाली, या हिंदीच्या मुख्य बोलीभाषांचा प्रभाव दिसून येतो. जुन्या दिल्लीतील मुख्यत्त्वेकरून मुस्लीमधर्मीय लोकांमध्ये उर्दूमिश्रित हिंदी किंवा उर्दू प्रचलित आहे. शीख व पंजाबी लोक पंजाबी मिश्रित हिंदी भाषेचा वापर करतात. दिल्लीत परप्रांतीय व परदेशी लोकांची संख्याही उल्लेखनीय असल्यामुळे सर्वांसाठी सोयीची असलेली इंग्रजी भाषा दिल्लीत सर्रासपणे वापरली जाते. खास करून तरुण मंडळी इंग्रजीचा उपयोग अधिक करतात. दिल्ली हे पर्यटन स्थळ असल्याने रिक्षा किंवा टॅक्सी चालक, गाईडमंडळी कामचलाऊ इंग्रजी समजू व बोलू शकतात. काही प्रक्षिक्षित गाईड इंग्रजीशिवाय अन्य भाषाही जाणणारे असतात. या शिवाय मराठी, कोंकणी, सिंधी, गुजराती, नेपाळी, बंगाली, उडिया, तेलगु, मल्याळम्, वगैरे भाषा बोलणारे असंख्य लोक दिल्लीत राहतात. प्रत्येक प्रांताच्या रहिवाशांची मंडळे असतात व आपापले सण, उत्सव ते साजरे करतात. उदाहरणार्थ गणेशोत्सव, दुर्गापूजा, लोहरी, वगैरे.

खूप पूर्वी जेव्हा दिल्लीवर मुसलमानी सुलतान किंवा बादशहांचे राज्य होते, तेव्हा राज्यभाषा म्हणून फारसीचा उपयोग होत असे. राज्यकारभारात आणि सरकार दरबारी हीच भाषा वापरली जाई व त्यामुळे जुन्या काळच्या

दिल्लीतील साहित्याची निर्मिती पार्शियन भाषेत झालेली आहे. याचे प्रमुख कारण असे होते की, महम्मद गझनी किंवा अल्लाउद्दीन खिलजीपासून अगदी बाबर-अकबरापर्यंत सर्व सत्ताधीश आपल्या दरबारी किंवा कलाकार आणि विद्वान लोकांना आश्रित म्हणून ठेवण्यात भूषण मानीत असत. जरी कवी, लेखक यांच्याकडून सुलतान किंवा बादशहाच्या स्तुतीपर साहित्याची निर्मिती अपेक्षित असली तरी त्या काळच्या सामाजिक परिस्थितीचे दर्शनही त्यातून होत असे. सल्तनतीच्या कारभाराच्या बखरी त्या काळच्या इतिहासाचे ज्ञान होण्यासाठीचे एकमेव साधन मानले जाते. त्याशिवाय अन्य ललित साहित्याची निर्मिती फारच क्वचित असे. थोड्याफार प्रमाणात धार्मिक विषयांवर लेखन किंवा काव्यरचना होत असे. सुरुवातीला त्या वेळेच्या साहित्याचे विषय पर्शियन संस्कृतीतील असत. हळूहळू इकडच्या लोकांना ही भाषा अवगत झाली व हिंदुस्थानी विषयांचा समावेश पर्शियन भाषेतील साहित्यात होऊ लागला.

दरबारी आश्रित असलेले साहित्यकार, कवी किंवा लेखक यांची काही नावे उदाहरणार्थ पुढे दिली आहेत. ख्वाजा अबु नस्र (ज्याला नासिरी या टोपणनावाने ओळखले जात होते.), अबु बकर बिन मुहम्मद रुहानी, ताजुद्दिन महम्मद हे इल्तमशच्या दरबारात होते. अमीर हसन आणि अमीर खुसरो हे सुलतान बलबनच्या दरबारी होते. अमीर खुसरो हा

इंदिरा गांधी नॅशनल सेंटर ऑफ आर्ट

भारतातील घटनांबद्दल पार्शियन (फारसी) भाषेत लिहिणारा पहिला लेखक होता. तो त्या काळातील एक महान कवी होता व त्याने चार लाखांहूनही अधिक पक्तींची रचना केली असल्याचे मानले जाते. त्याशिवाय त्याने केलेल्या गद्य रचनांमध्ये तारीख -इ-अलाइ, तुघलकनामा, खजाइन-उल-हतूह यांचा समावेश आहे. त्यांच्यापासून स्फूर्ती घेऊन भारतातील इतर लेखकांनीही फारसी भाषेत भारताविषयीचे लिखाण केले आहे.

या विदेशी भाषेचा प्रभाव कितीही असला तरी आपल्या देशाची मूळ भाषा संस्कृत आपले स्थान टिकवून ठेवते. उत्तर बिहारमधील मिथिला येथे संस्कृत शिक्षणाचे केंद्र स्थापित झाले व त्यामुळे संस्कृत साहित्याची परंपरा अबाधित राहिली फारसी व संस्कृत या भाषा उच्चभ्रू वर्गापुरत्या मर्यादित असल्यामुळे जनसामान्यांना समजणाऱ्या स्थानिक भाषांमध्येही साहित्याची निर्मिती होऊ लागली. यात मुख्यत्त्वेकरून संतकवींच्या रचना येतात.

दिल्लीमध्ये इंदिरा गांधी नॅशनल सेंटर फॉर आर्टतर्फे ९ आणि १० फेब्रुवारी २०१३ ला पहिले दिल्ली लिटरेचर फेस्टिव्हल आयोजित केले गेले होते.

★★★

५. कला

केवळ राजकीय नव्हे तर दिल्ली ही आता भारताची साहित्य संगीत, चित्र, नृत्य, नाट्य इत्यादी ललित कलांचीही राजधानी बनलेली आहे. भारताची साहित्य अकादमी, संगीत व नाटक अकादमी, नॅशनल बुकट्रस्ट इत्यादी अनेक संस्था दिल्लीतच आहेत.

भारतातील सर्व राज्यांतील, सर्व प्रदेशातील लोक दिल्लीत आहेत. आपल्या भारतीयत्वाचा अभिमान बाळगतानाच आप-आपली भिन्नता, विविधता जतन करीत आहेत. पौर्वात्य आणि पाश्चिमात्य संस्कृती हातात हात घालून दिल्लीत नांदताना दिसतात.

स्वातंत्र्यानंतर विज्ञान भवन, कृषी भवन, योजना आदी बऱ्याच सुंदर व भव्य वास्तू बांधण्यात आल्या असून त्यांनी दिल्लीची शान वाढवलेली आहे.

दिल्लीला आंतराष्ट्रीय महत्त्व आहे. जगातील बहुतेक सर्व देशातील लोक दिल्लीत आढळतील. त्यांची निवासस्थाने, आरामगृहे आहेतच, शिवाय मोठी मोठी अद्ययावत अशी हॉटेल्स, चित्रपटगृहे, क्रीडागृहे, क्लबस् इत्यादींनी दिल्ली झगमगून टाकलेली आहे.

राजकीयच नव्हे तर दिल्ली ही आता भारताची साहित्य, संगीत, चित्र, नृत्य, नाट्य, इत्यादी ललित कलांचीही राजधानी बनलेली आहे. भारताची साहित्य अकादमी, संगीत व नाटक अकादमी, नॅशनल बुकट्रस्ट, इत्यादी अनेक संस्था दिल्लीतच आहेत.

सर्व तऱ्हेच्या ज्ञानशाखातील शिक्षण देणाऱ्या मोठमोठ्या संस्थाही दिल्लीत आहेत. दिल्लीने मानवी आणि राष्ट्रीय जीवनातील अनेक स्थित्यंतरे

पाहिलेली आहेत. शूरवीर राजे-महाराजे, सरदार नवाब पाहिले. तसेच लुटारू, फंदाफितूर, भ्याड, सत्तेसाठी भावाची हत्या करणारे, बापाला कैदेत टाकणारेही पाहिले. देशाच्या स्वातंत्र्यासाठी शांतीदूतही पाहिले, दिल्लीने आनंदमहोत्सव, राज्योत्सव विविध हर्ष सोहळे पाहिले तसेच दुःखाश्रू, रक्तांचे पाट, आगीचे लोळही पाहिले तोफा बंदुकीचे आवाज ऐकले तसे नाच-गाण्याचे, वाद्यांचे मधुर स्फूर्तिदायक स्वरही ऐकले, मिर्झा गालीब अमीर खुसरो, मीर नकी 'मीर' साहित्य संस्कृतीच्या क्षेत्रातील महान माणसे पाहिली, ऐकली, आजही केवळ हिंदी, उर्दू पंजाबी भाषांतीलच नव्हे तर सकल भारतीय भाषातील अनेक साहित्यकार व कलाकार दिल्लीत आहेत.

भारतातील सर्व राज्यांतील, सर्व प्रदेशातील लोक दिल्लीत आहेत. आपल्या भारतीत्वाचा अभिमान बाळगतानाच आप-आपली भिन्नता, विविधता जतन करीत आहेत. पौर्वात्य आणि पश्चिमात्य संस्कृती हातात हात घालून दिल्लीत नांदताना दिसतात.

नॅशनल गॅलरी ऑफ मॉडर्न आर्ट ही १९५४ सालापासून दिल्लीमध्ये इंडिया गेटजवळ राजपथाच्या टोकाला जयपूर हाऊस येथे स्थित आहे. थॉमस डॅनियल, अवनींद्रनाथ, रवींद्रनाथ आणि गगनेंद्रनाथ टागोर, राजा रवीवर्मा, नंदलाल बोस, अमृता शेरगिल,जेमिनी रॉय अशासारख्या अनेक कलाकारांच्या चौदा हजारांहून अधिक कलाकृती व तैलचित्रे येथे जतन केलेली आहेत. त्याचबरोबर येथे एक प्रेक्षागृह, कलेचा जीर्णोद्धार करण्याची सुविधा, संदर्भ ग्रंथालय आणि डॉक्युमटेंशन केंद्र २००९ पासून उपलब्ध केलेली आहेत.

दिल्लीमधील रबींद्र भवन येथे साहित्य अकादमीचे मुख्य कार्यालय आहे. इंग्रजीसहित वेगवेगळ्या २४ भारतीय भाषांमधील वाङ्मयाला प्रोत्साहन देण्याची व त्याचा जगभरात प्रसार करण्याची कामगिरी ही अकादमी १९५४ सालापासून करीत आहे. यांच्यातर्फे बाल साहित्य, युवा साहित्य, भाषांतरित साहित्य, अशा विविध साहित्य प्रकारासाठी वार्षिक पुरस्कार दिले जातात. आणि दर्जेदार साहित्याचे प्रकाशनही केले जाते.

याच रबींद्र भवनात संगीत आणि नाटक अकादमीचे मुख्य कार्यालयही

रबींद्र भवन

आहे. संगीत, नृत्य, नाटक, अन्य पारंपरिक लोककथा आणि प्रायोगिक कला (परफॉमिंग आर्ट) या पाच क्षेत्रात असामान्य योगदान देणाऱ्या कलाकारांना अकादमी पुरस्कार किंवा अकादमी रत्न हा किताब देऊन गौरविले जाते.

ललित कलांच्या संवर्धनासाठी ललित कला अकादमीची स्थापना १९५४ साली झाली व या संस्थेचे मुख्य कार्यालय रबींद्रभवन येथेच आहे. चित्रकला, शिल्पकला, आरेखन कला, कुंभारकाम, फोटोग्राफी, या क्षेत्रांना प्रोत्साहन देणे व त्यांचा प्रसार करणे हे या अकादमीचे मुख्य कार्य आहे. यांच्यातर्फे भारतात व भारताबाहेर ललित कलांची प्रदर्शने भरवली जातात. भुवनेश्वर, चेन्नाई, गढी, कोलकत्ता, लखनौ व शिमला येथे त्यांची कलादालने आहेत.

ऑल इंडिया फाइन आर्ट्स ॲन्ड क्राफ्टस सोसायटी या १९२८ पासून कार्यरत असलेल्या स्वतंत्र संस्थेची स्वातंत्र्यानंतर १९५४ च्या सुमारास वरील तीन अकादमींमध्ये विभागणी करून त्यांना त्यांची कार्यक्षेत्रे

आखून दिली गेली.

दिल्लीमध्ये भारताचे राष्ट्रीय टेलिव्हिजन नेटवर्क म्हणजे दूरदर्शनचे मुख्यालय आहे. आकाशवाणीचे मुख्यालयसुद्धा तिथेच आहे. त्याशिवाय बरीच राष्ट्रीय वर्तमानपत्रे इथूनच प्रसिद्ध होतात. उदाहरणार्थ, हिंदुस्तान टाइम्स व टाईम्स ऑफ इंडिया. फॉर्टिस हॉस्पीटल वगैरे अनेक ख्यातनाम हॉस्पीटल दिल्लीमध्ये आरोग्य व्यवस्थेचा एकंदर दर्जा राष्ट्रीय व्यवस्थेचा आरोग्य व्यवस्था सरासरीपेक्षा वरचा आहे. मोठ्या संख्येने सरकारी दवाखाने व उपचार केंद्रे आहेत आणि सरकारी नोकरीत असलेल्या लोकांना त्यापासून माफक मोबदल्यात औषधपाणी मिळू शकते. शहरात जागोजागी अलोपथी मूलचंद हॉस्पीटल, मॅक्स ग्रूप ऑफ हॉस्पीटल्स आहेत.जिथे जागतिक दर्जाची वैद्यकीय सेवा उपलब्ध आहे व आंतराष्ट्रीय कीर्तीचे डॉक्टर्स काम करतात.

सांस्कृतिक जीवन

दिल्लीतील सांस्कृतिक जीवन खऱ्या अर्थाने बहुआयामी आहे. भारतातल्या प्रत्येक प्रांतातील लोक इथे राहात असल्यामुळे अनेकतेमधील एकता इथे पाहावयास मिळते. वस्तुसंग्रहालये, ग्रंथालये, ऐतिहासिक स्मारके, किल्ले बाग, बगीचे कलादालने, नाट्यगृहे, सर्व धर्मांची प्रार्थनास्थळे

नॅशनल म्युझियम -

अशा पारंपारिक संस्कृतिस्थानांबरोबरच मल्टिप्लेक्सेस् नाईट, क्लब्ज, बोलिंग अलीज्, अन्य खेळांची स्टेडियम्स रेस्टॉरंटस् वगैरेदेखील आहेत. दिल्लीच्या सांस्कृतिक विविधतेमध्ये निरनिराळे महोत्सव आणि प्रदर्शने यांचा प्रमुख वाटा आहे. यात पुस्तक प्रदर्शन, फिल्म महोत्सव, तसेच औद्योगिक प्रदर्शने यांचा समावेश होतो.

दिल्लीतील वास्तुकला

दिल्लीचा इतिहास इतका वैविध्यपूर्ण आहे की, येथे वास्तुकलेची अतिशय समृद्ध परंपरा असणे हे साहजिकच आहे. इथल्या जुन्यात जुन्या इमारती मुसलमानी राजवटीच्या सुरवातीच्या काळच्या आहेत. त्यांचे बांधकाम किंवा त्यातील कलाकुसर एकसारखी नाही. या इमारतींमधील खिडक्या-खांब यांवरील नक्षीकामात पुनरावृत्तीने दिसणाऱ्या नैसर्गिक रूपचिन्हांमध्ये (मोटिफ) काही ठिकाणी हिंदू राजपुतानी कलाकारांची छाप दिसते. काही ठिकाणी नागमोडी वेलबुट्टी, तर कोठे कुराणातील अक्षरे कोरलेली दिसतात. त्या काळी मध्य आशियातून काही कलाकार, कवी व वास्तुशास्त्रज्ञ भारतात आले. त्यांच्याबरोबर सेलजुक म्हणजे तुर्की

मुसलमानी कलाकुसर

वास्तुकला भारतात आली. या शैलीचे वैशिष्ट्य म्हणजे कमानींच्या खालच्या भागात कमळाच्या कळीने बनवलेली नक्षी उठावाचे आलंकारिक कोरीवकाम आणि गवंडीकामात एक आड एक ओळीत उभ्या व आडव्या विटा रचण्याची शैली.

खिलजीच्या काळात (१२९०-१३२०) इस्लामिक वास्तुकलेत पश्तुनी शैली प्रस्थापित झाली. या शैलीची वैशिष्ट्ये म्हणजे-लाल वालुकाश्माच्या पृष्टभागात पांढऱ्या संगमरवराने केलेले जडावकाम, मध्यभागी टोक असलेल्या नालाच्या आकाराच्या कमानी जाळीदार नक्षीकाम असलेल्या खिडक्या आणि अरबेस्क किंवा जटिल नक्षी, तसेच प्रेरणादायी लिखाणाद्वारा केलेली सजावट. दिल्लीतील पश्नुनी शैलीच्या वास्तूमध्ये कुवत- उल-इस्लाम मशीद स्तूंइल्तमशची कबर आला-इ-दरवाजा व कुतुब मीनार यांचा समावेश होतो. सय्यद (१४१४ -१४५१) व लोदी (१४५१-१५२६) वंशाच्या राज्यकर्तांच्या कबरीसुद्धा पश्तुंनी शैलीतच आहेत. या नंतरच्या थडग्यामध्ये खालच्या भागात अष्टकोनी आकार आणि वरच्या भागात चौरस इमारत असून त्याच्या दर्शनी भागात आडव्या पट्ट्या किंवा चौकटींद्वारा नभीकाम केलेले दिसते. दिल्लीतील मुघली वास्तुकलेचा पहिला नमुना म्हणजे हूमायूनची कबर जी आग्र्याच्या ताजमहालाची नांदीच म्हणता येईल. भारतातील वास्तुकलेत प्रथमच उंच कमानी आणि दुहेरी घुमट यांचा प्रवेश झाल्याचे इथे दिसून येते. लाल किल्ला हे मुघली वास्तुकलेचे नंतरचे अप्रतिम उदाहरण आहे. ७५ फूट उंचीच्या लाल वालुकाश्माने बनवलेल्या मजबूत भिंतींच्या आतमध्ये निरनिराळे प्रासाद, मनोरंजनाची दालने, महाल, हमामखाने, भूमितीतील आकृत्यांप्रमाणे बाग-बगीचे कालवे आणि एक नक्षीकाम मशीद आहेत. या किल्ल्यातील सर्वात प्रसिद्ध वास्तू म्हणजे दिवाण-ए-आम आणि दिवाण-ए-खास, दिवाण-ए-आममध्ये बादशहा लोकांना भेट देत असे. यात ६० वालुकाश्माने बनवलेले महत्त्वपूर्ण खांब आहेत. त्यांवर आडवे छत आहे. दिवाण-ए-खास, पांढऱ्या संगमरवराचा आहे. ज्यात बादशहा केवळ निवडक लोकांना भेट देत असे. जामा मशीद हे मुघली मशीदीचे उत्तम उदाहरण आहे कारण यात मीनार आहेत. जे पूर्वीच्या मशिदींमध्ये नव्हते. हुमायूनची कबर, कुतुब मीनार व लाल किल्ला ही सर्व युनेस्कोद्वारा जागतिक

वारशाची स्थाने म्हणून घोषित केलेली आहेत.

ब्रिटिश सरकारच्या काळातील वास्तुशैलीत मुघली आणि इंग्रज वसाहतीतील घटकांचे मिश्रण दिसून येते. राष्ट्रपती भवन, संसद भवन, आणि सचिवालयांच्या भव्य इमारतींपासून ते संस्थांच्या इमारती आणि छोट्या निवासस्थानांपर्यंत अशा रचना यात समाविष्ट आहेत. पाश्चात्त्य व स्थानिक या दोन्ही शैलींचे एकत्रीकरण वरुन आपण एक नवी शैली विकसित करू लागलो आहोत. अशा वास्तूंची दिल्लीतील उदाहरणे म्हणजे सर्वोच्च न्यायालयाची इमारत, विज्ञान भवन, क्राफ्टस म्युझियम, वेगवेगळ्या मंत्रालयांच्या इमारती आणि कॅनॉट प्लेसजवळच्या अन्य संस्थांच्या इमारती होत. ज्याला उत्तर आधुनिक शैली म्हणता येईल अशी एक शैली भारतीय व परदेशी वास्तुशास्त्रज्ञांनी विकसित केली आहे. याची उल्लेखनीय उदाहरणे म्हणजे नॅशनल इस्टिट्यूट ऑफ इम्यूनॉलॉजी, भारतीय आयुर्विमा निगमचे मुख्यालय, बेल्जियमचा दूतावास व बहाई मंदिर.

दिल्लीमध्ये अनेक महत्त्वाची वस्तुसंग्रहालये व गजबजलेली सांस्कृतिक केंद्रे आहेत. नॅशनल म्युझियम ऑफ मॉडर्न आर्ट्स् आणि इंदिरा गांधी नॅशनल सेंटर फॉर द आर्ट्स या संस्था देशाच्या कलेच्या वारशाचे जतन प्रलेखन व प्रसार या कार्यासाठी वाहून घेतलेल्या आहेत. क्राफ्टस म्युझियम मध्ये भारतातील कोरीव काम धातुशिल्प, चित्रकला आणि

मुघल गार्डन

कलांचे प्रदर्शन होत असते. सिरी फोर्ट ऑडिटोरियम हे प्रमुख सांस्कृतिक ईव्हेन्ट्स् चे केंद्रच आहे. प्रगती मैदानावर राष्ट्रीय व आंतराष्ट्रीय पातळीवरची औद्योगिक, वाणिज्य, व्यापारी व सांस्कृतिक प्रदर्शने संपूर्ण वर्षभरात वेळोवेळी भरवली जातात. दिल्ली हाट या लोकप्रिय व सुप्रसिद्ध बाजारात वेगवेगळ्या राज्यांतील हस्तकला व खाद्यपदार्थांची वैविध्यपूर्ण पेशकश उपलब्ध आहे.

संग्रहालये, ऑडिटोरियम आणि इतर सांस्कृतिक केंद्रांव्यतिरिक्त दिल्लीमध्ये बागा व कारंजी मोठ्या संख्येने आढळतात. यांपैकी उल्लेखनीय म्हणजे रोशन आरा व मुघल गार्डन्स. लोदी गार्डन्स (लोदी मकबऱ्याजवळ), फिरोज शाह कोटला वगैरे जागीही सुंदर बगीचे आहेत.

★★★

६. स्थलयात्रा

प्रेक्षणीय स्थळे दिल्लीत आहेत. दिल्ली म्हटल्याबरोबर लाल किल्ल्याची आठवण सहजत होते. लाल रंगाच्या दगडांनी हा प्रचंड किल्ला बांधलेला असल्यामुळे याला 'लाल किल्ला' असे म्हणले जाते. परंतु शहाजहान आणि औरंगजेब या बादशहांच्या काळी याचे नाव 'किला-ए -मुबारक' म्हणजे भाग्यवान किल्ला असे होते. बहादुरशहाच्या वेळी याला 'किला-ए-मुअला' असे म्हटले जात असे.

शहाजहान बादशहा आग्रा येथे राज्य करीत असल्यामुळे दिल्ली येथे आपली राजधानी हलविण्याचा त्याने विचार केला. आणि १६३९ मध्ये लाल किल्ला उभारण्यास सुरुवात केली,सुमारे ९ ते १० वर्षानंतर नऊ कोट रुपये खर्चून बांधलेला हा किल्ला तयार झाला. मुकरम्मत नावाच्या वास्तूशास्त्रज्ञाने याची उभारणी केली हा किल्ला अष्टकोनी असून याचा परीघ सुमारे दीड मैल आहे. किल्ल्याच्या भोवती मोठ्या रुंदीचा खंदक असून पूर्वी तो पाण्याने भरलेला असे. पश्चिमेकडील बाजूच्या भव्य दरवाजाला 'लाहोरी दरवाजा' असे नाव आहे. दक्षिणेकडील दरवाजाला 'दिल्ली दरवाजा' असे म्हणतात. लाल किल्ल्यात दिवाण-इ-खास, दिवाण-इ-आम, रंगमहाल, मोती मशीद इत्यादी बऱ्याच जुन्या इमारती आहेत. दिवाण इ-आम हा भव्य दरबार महाल आहे. या महालात जागोजागी ऐतिहासिक प्रसंग चित्रित केलेले होते. या महालातच सुमारे १० फूट उंचीचा एक संगमरवरी चौथरा आहे. या चौथऱ्यावरच विशेष समारंभाच्या वेळी मयूर सिंहासन ठेवले जाई.

'रंगमहाल' या सुंदर इमारतीमध्ये बादशाही जनानखाना असे. या

महालात सर्वत्र सुंदर वेलपत्तीचे नक्षीकाम असून त्यात भिन्न रंगांचे आणि विविध आकारांच्या फुलांचे खडे बसवलेले आहेत. त्यामुळेच याला रंगमहाल म्हटले जाते. दिल्ली व लाल किल्ला हा भारतीय स्वातंत्रलढ्यातील एक ध्येयमंदिर बनलेले होते. सुभाषबाबूंनी 'आझाद हिंद सेना' परदेशात उभी केली त्या वेळी 'चलो दिल्ली' अशीच घोषणा दिली होती व नंतरचा खटलाही लाल किल्ल्यातच चालला होता.

१५ ऑगस्ट १९४७ रोजी भारताला स्वातंत्र्य मिळाल्यावर लाल किल्यावरून पंडित नेहरूंनी राष्ट्राला संबोधून भाषण केले होते. त्यानंतर दरवर्षीच्या स्वातंत्रदिनी भारताच्या पंतप्रधानांनी राष्ट्राला उद्देशून भाषण करण्याचा प्रघात पडला आहे. लाल किल्ला व त्याचा आसपासचा परिसर संयुक्त राष्ट्रसंघाने (युनो) वैश्विक वारसा म्हणून घोषित केलेल्या वास्तूंच्या यादीत कुतुब मिनार, हुमायूनची कबर या दिल्लीमधील अजून दोन वास्तूंचादेखील समावेश केलेला आहे.

लाल किल्ल्यांच्या पुढेच काही अंतरावर जुम्मा मशीद आहे. तिला 'जामा मशीद' असेही म्हणतात. भारतातील ही सर्वात मोठी मशिद मानली जाते. शहाजहान बादशहाने या मशिदीचे बांधकाम सुरु केले

जामा मशीद

बिर्ला मंदिर

होते. व औरंगजेबाने ते १६५८ मध्ये पूर्ण केले.

यमुनेच्या पात्रात सलीमगढ नावाचा एक प्राचीन किल्ला आहे. १९४६ मध्ये सलीमशाह नावाच्या बादशहाने याचे नाव नाहरगढ असे ठेवले. आज हा किल्ला भग्नावस्थेत आहे. जंतरमंतर नावाने प्रसिद्ध असलेली वेधशाळा नव्या दिल्लीत आहे. १९४२ मध्ये जयसिंह नावाच्या जयपूरच्या राजाने ही बांधली. खगोलशास्त्रासंबंधीची बरीच माहिती येथे मिळते व जुन्या धर्तीची बरीच साधने पहावयास मिळतात. सूर्य, चंद्र, व इतर नक्षत्रांच्या स्थितीगतीचे अध्ययन येथील यंत्राच्या साहाय्याने करता येते.

बिर्लामंदिर ही अलीकडच्या काळात उभारलेली नव्या दिल्लीतील वास्तू फारच प्रेक्षणीय आहे. १९३९ साली महात्मा गांधीच्या हस्ते या मंदिराचे उद्घाटन झाले होते. येथील लक्ष्मीनारायणाचे मंदिर मध्यवर्ती असून बाजूला लहानलहान मंदिरे आहेत. मंदिराच्या पसिसरातच गीता भवन आहे. तसेच बुद्ध मंदिरेही आहे. मंदिरात ठिकठिकाणी धार्मिक व पौराणिक चित्रे रेखाटलेली आहेत. विविध धर्म ग्रंथातील वचनेही लिहिलेली आहेत. मंदिरातील वातावरण पवित्र व शांत असते.

शहरापासून काही अंतरावर कुतुबमिनार हा प्रसिद्ध मनोरा आहे. याच्या जवळच कुतुब मशीद आहे. भारतात मुसलमानांची सत्ता प्रस्थापित

झाल्यानंतर बांधलेली ही पहिलीच मशीद म्हणून हिला एक वेगळेपण महत्त्व आहे. या मशिदीच्या जागी पूर्वी एक विष्णूमंदिर होते. कुतुबुद्दीन ऐबकने ११९५ मध्ये ते उद्ध्वस्त करून तेथे त्याने ही मशिद बांधली. आसपासच्या सत्तावीस मंदिराचे भाग तोडून या मशिदीसाठी वापरण्यात आल्यामुळे तेथे सर्वत्र हिंदू शिल्प व नक्षीकाम यांचे उत्तम नमुने पाहावयास मिळतात. या मशिदीला 'कुव्वत-उल-इस्लासम' म्हणजे 'इस्लामची शक्ती' असे आणखी नाव आहे. .या कुतुबमिनारामुळेच आजूबाजूचा परिसर कुतुबनगर या नावाने ओळखला जातो.

कुतुब मिनाराच्या परिसरात एक जवळजवळ २३फूट उंचीचा लोखंडी खांब पाहायला मिळतो. गुप्त राजवटीतील सुप्रसिद्ध सम्राट चंद्रगुप्त विक्रमादित्याच्या काळात इ.स. ३७५ ते ४१३ मध्ये याची निर्मिती झाली असावी असा तज्ज्ञांचा दावा आहे. जवळपास १६०० वर्षात उघड्यावर असलेल्या खांबाला अजिबात गंज लागलेला नाही, हे

त्याचे वैशिष्ट्य आहे. अनेक भारतीय व विदेशी संशोधकांनी याचे कारण शोधण्यासाठी बरेच संशोधन केले आहे. या खांबावर काही लेख किंवा मजकूर कोरलेला आहे. त्यापैकी जुना मजकूर संस्कृत भाषेतला आहे व त्यासाठी ब्राह्मी लिपी वापरण्यात आलेली आहे. तोमर राजा अलंग पाल द्वितीय (इ.स १५५२) याच्या संबंधीचा उल्लेख अजून एका कोरीव लेखात मिळतो.

कुतुबनगर येथील प्रचंड व भव्य दरवाज्याला 'अलाई दरवाजा'असे नाव असून तो अल्लाउद्दीन खिलजीने बांधलेला आहे. यावरील नक्षीकाम प्रेक्षणीय आहे. येथून काही अंतरावर योगमायेचे किल्ल्यासारखे दिसणारे एक मंदिर आहे. महरौली नावाच्या ठिकाणी योगमाया मंदिर नावाची एक पुरातन वास्तू पहावयास मिळते. सध्याचे मंदीर एकोणिसाव्या शतकात बांधले गेले असले, तरी त्यातील देवी म्हणजे कृष्णाची बहीण आदीमाया आहे. आणि देवीची मूर्ती व मूळ मंदिर महाभारतातील आहे, असे मानले जाते.

या शिवाय आणखी बऱ्याच मशिदी, हिंदूंची, जैनांची, बौद्धांची मंदिरे, शीखांची शीखद्वारा या त्याशिवाय लालकिल्ल्यातील जफर महल, शाह बुर्ज, अजायबघर, हयातबख्श बाग, सावन तथा भादो, इत्यादी स्थळे आणि शहरातील कॅनॉट प्लेस ही भव्य, अद्ययावत व सुंदर वर्तुळाकार अशी बाजारपेठ तसेच सफरदरजंग का मकबरा, दरशहा कुतुब साहिब इत्यादी मोगल राजवटीतील अनेक वास्तू पाहण्यासारख्या आहेत. त्यातील बऱ्याचशा आज भग्नावस्थेत असून गतकालाची केवळ याद करीत उभ्या आहेत. हुमायूनची समाधी ही वास्तू तर अतिशय विशाल व भव्य आहे. दिल्ली नगरीपासून ही वास्तू सुमारे चार-साडेचार मैलांवर असून तिच्या सभोवताली मोगली पद्धतीचा विस्तीर्ण बगीचा आहे. त्यांच्याभोवती भक्कम दगडी तटबंदी आहे. दक्षिणेला अशी दोन भव्य प्रवेशद्वारे आहेत. सम्राट हुमायूनने आपण हयात असतानाच स्वत:च्या कबरीसाठी हे स्थान निवडले होते. त्याच्या मृत्यूनंतर त्याच्या बेगमेने ही वास्तू १५५६ मध्ये बांधली. या वास्तूच्या मध्यभागी हुमायूनची संगमरवरी कबर आहे. हुमायूनची बेगम, जहांदार शाह, फर्रुख सियार, दुसरा आलमगीर, आणि दाराशिकोह यांच्याही कबरी येथेच आहेत.

आधुनिक भारताचे राष्ट्रपिता महात्मा गांधी यांची हत्या ज्या बिर्लाहाऊस मध्ये ३० जानेवारी १९४८ च्या सायंकाळी झाली ते स्थानही आता राष्ट्रीय स्मारक बनले आहे. राजघाटावर गांधीजींची साधी परंतु शांत, पवित्र अशा वातावरणातील समाधी आहे. ''हे राम'' असे गांधींजींनी अतिसमयी उच्चारलेले हे दोनच शब्द समाधीवर लिहिलेले आहेत. भारतभेटीसाठी येणारे परदेशी पाहुणे राजघाटावर जाऊन गांधीजींच्या स्मृतीसमाधीवर पुष्पचक्र अर्पण करतात.

येथून जवळच रमणीय निसर्ग सान्निध्यात 'शांतीवनात' भारतभाग्य विधाते पं जवाहरलाल नेहरू यांची समाधी आहे. समाधीस्थळी नेहरूंना प्रिय असलेल्या गुलाब पुष्पांची शेकडो झाडे लावलेली आहेत.

विजयघाटावर लालबहादूर शास्त्रींची समाधी आहे.

१९८४ साली याच ठिकाणी भूतपूर्व प्रधानमंत्री श्रीमती इंदिरा गांधी यांचा अंतिम संस्कार केला गेला होता. व तेथे त्यांची समाधी आहे,जी शक्तीस्थळ या नावाने प्रसिद्ध आहे. राजघाटावर याशिवाय बाबू जनजीवनराम(समता स्थळ),चौधरी चरणसिंग(किसान घाट) राजीव गांधी (वीरभूमी), ग्यानी झैलसिंग (एकता स्थळ), शंकरदयाळ शर्मा (कर्मभूमी),

इंदिरा गांधी शक्ती स्थळ

चंद्रशेखर (स्मृतीस्थळ), इंद्रकुमार गुरजाल (स्मृती स्थळ), देवी लाल (संघर्ष स्थळ) अशा नेत्यांच्या समाध्या आहेत.

राष्ट्रपतीभवन, लोकसभा, सचिवालय, इत्यादी ब्रिटिशकालीन वास्तू प्रचंड भव्य आहेत.

लोकसभेची वास्तू संसदभवन किंवा पार्लमेंट हाऊस हे गोलाकार बांधलेले असून ब्रिटिश वास्तुकलेचा अप्रतिम नमुना आहे. १९२१ साली ड्युक ऑफ कॅनॉट यांनी या भवनाचा पाया घातला आणि पाच वर्षानंतर ही वास्तू बांधून झाल्यावर १८ जानेवारी १९२७ रोजी लॉर्ड आयर्विन यांच्या हस्ते उद्घाटन झाले. या गोलाकार वास्तूंच्या बाहेर व्हरांड्यात वर्तुळाकार १४४ फूट उंच व भव्य असे १४४ स्तंभ उभे आहेत. या वास्तुतच लोकसभेचे एक, राज्यसभेचे एक अशी भव्य दालने आहेत. अन्य कामकाजासाठी पुष्कळच दालने असून तिथे निरनिराळ्या

संसदभवन (दिल्ली)

अज्ञात सैनिकांचे स्मारक आहे. २६ जानेवारी १९७२ रोजी त्याच्या जवळच अमर जवान ज्योती नावाच्या स्मारकाचे अनावरण भारताच्या तत्कालीन पंतप्रधान श्रीमती इंदिरा गांधी यांच्या हस्ते झाले. तेव्हापासून ही ज्योत अखंड तेवत ठेवत ठेवलेली आहे. इंडिया गेट च्या आसपासच्या परिसरात षटकोनाच्या आकारात सुंदर हिरवळ असून या भागात सामान्य रहदारीला मनाई आहे. सकाळच्या वेळी व्यायामासाठी चालणाऱ्या लोकांची बरीच गर्दी होते, तर संध्याकाळी येथील रोषणाई प्रेक्षणीय असते.

दर वर्षी भारताच्या प्रजासक्ताक दिनाची मिरवणूक राष्ट्रपती भवनापासून सुरु होऊन राजपथ मार्गे इंडिया गेटमधून पसार होते. या मिरवणुकीत वेगवेगळ्या प्रांताच्या संस्कृतीचे प्रदर्शन करणारे देखावे किंवा स्तब्धनाट्ये, तसेच देशाच्याबरीचतीनसेना दलांचे शक्ती प्रदर्शन म्हणून नवनवीन हत्यारे, तोफा, विमाने वगैरे दाखविली जातात.

स्वातंत्र्यानंतर विज्ञान भवन, कृषी भवन, योजना भवन, आदी बऱ्याच सुंदर व भव्य वास्तू बांधण्यात आल्या असून त्यांनी दिल्लीची शान वाढवलेली आहे.

दिल्लीला आंतरराष्ट्रीय महत्त्व आहे. जगातील बहुतेक सर्व देशातील लोक दिल्लीत आढळतील. त्यांची निवासस्थाने, आरामगृहे आहेतच.

लोटस टेंपल

शिवाय मोठमोठी अद्ययावत अशी हॉटेल्स, चित्रपटगृहे, क्रीडागृहे, क्लबस्
इत्यादींनी दिल्ली झगमगून टाकलेली आहे.

दिल्लीमध्ये ऐतिहासिक स्थळांबरोबर आधुनिक काळात निर्माण
झालेली प्रेक्षणीय स्थळे आहेत. त्यातील प्रमुख म्हणजे १९८६ साली
बनविलेले बहाई पंथाच्या लोकांचे उपासना स्थळ, लोटस टेंपल किंवा
कमलपुष्पाच्या आकाराचे विलोभनीय कमल मंदिर हे होय. बहाई पंथाच्या
रीतीनुसार सर्व धर्माच्या अनुयायांसाठी या मंदिरात मुक्त प्रवेश आहे. या
उपासना मंदिराच्या ग्रंथालयात बहाई तसेच अन्य धर्माचे विविध भाषांतील
धर्मग्रंथ उपलब्ध आहेत आणि त्यांचे पठण आणि त्यांच्या आधारे
संशोधन करण्याची परवानगी आहे, परंतु कर्मकांड किंवा प्रवचने करण्यास
तसेच कोणतीही वाद्ये वाजवण्यास तेथे मनाई आहे, या मंदिराचे वैशिष्ट्य
म्हणजे येथे कोणतीही मूर्ती अथवा चित्र किंवा व्यासपीठ नाही. नऊ
भिंतींनी बनवलेल्या गोलाकार उपासना मंदिरावर एक मोठा घुमट आहे.
नऊ बाजूंना तीन तीन संगमरवरी पाकळ्यांद्वारे कमळाची आकृती निर्माण
केली आहे. मुख्य सभागृहात एका वेळी २५०० व्यक्ती बसू शकतात.
१९८६ सालापासून २००२ पर्यंत पाच कोटीपेक्षा जास्त पर्यटकांनी या

अक्षरधाम मंदिर

स्थळाला भेट दिली आहे. आयफेलटॉवर किंवा ताजमहाल पेक्षाही हे अधिक लोकप्रिय स्थळ समजले जाते. ग्रीस देशातील पेंटेली या डोंगरातील संगमरवरापासून हे सुंदरशिल्प बनविण्यात आले आहे. या वास्तुशिल्पकलेचा एक उत्कृष्ट नमुना म्हणून याला अनेक बक्षीसे मिळाली आहेत. याचे स्थापत्य फरिबर्झ साहबा नावाच्या एका इराण देशातील वास्तुशास्त्रज्ञाने केले असून त्याचे स्ट्रक्चरल इंजिनीयरिंग फ्लिट आणि नील यांचे आहेत.

अक्षरधाम मंदिर

आधुनिक दिल्लीमधील अजून एक प्रेक्षणीय स्थळ म्हणजे अक्षरधाम मंदीर. अठराव्या शतकाच्या उत्तरार्धात गुजरातमध्ये सहजानंद स्वामी नावाचे एक महान संत होऊन गेले. ते उद्धव संप्रदायाचे रामानंद स्वामी यांचे शिष्य होते. त्यांच्या गुरूंनी त्यांना आपल्या संप्रदायाचे उत्तराधिकारी नियुक्त केले. पुढे त्यांनी दिलेल्या स्वामीनारायण मंत्रामुळे त्यांच्या संप्रदायाचे नाव स्वामीनारायण असे पडले. पूर्व दिल्लीतील आशियाई खेळ नगरीच्या जवळ यमुना नदीच्या काठावर हे भव्य मंदिर ६ नोव्हेंबर २००५ साली दर्शनासाठी उघडण्यात आले.

वैदिक स्थापत्यशास्त्राला अनुसरून या मंदिराची रचना केली आहे.

याच्या पायामधील चौथऱ्याला गर्जेंद्र पीठ म्हणतात, ज्यामधे एकंदर ३००० टन वजनाचे १४८ कोरीव हत्ती आहेत. मंदिराची उंची १४१ फूट आहे. व ३१६ फूट व ३५६ फूट अशी लांबी व रुंदी आहे. याचे बांधकाम राजस्थानमधील गुलाबी रंगाचा वालुकाश्म व इटलीमधील करारा जातीचा संगमरवर यांपासून केले असून कोणतेही कॉंक्रीट किंवा स्टीलचे स्ट्रक्चर याच्या निर्मितीत वापरलेले नाही. याच्या निर्मितीत ११,००० शिल्पकार,स्वयंसेवक आणि कारागीरांनी हातभार लावला आहे. याला गिनेस बुक ऑफ रेकॉर्ड्स मध्ये विश्वातील सर्वात मोठे सर्वसमावेशक हिंदू मंदीर म्हणून स्थान मिळाले आहे. गाभाऱ्यातील अकरा फूट उंचीची मुख्य मूर्ती भगवान स्वामीनारायणाची आहे. ज्यांना त्यांचे अनुयायी विष्णूचा अवतार मानतात. त्या व्यतिरिक्त मुख्य मंदिरात शिव-पार्वती, राधा-कृष्ण, राम-सीता आणि लक्ष्मी नारायण यांच्या मूर्तींदेखील आहेत. या मंदिरात २३४ कलाकुसर केलेल खांब आहेत. व २०,००० हून अधिक साधू, आचार्य व गुरू यांच्या मूर्ती पण आहेत. स्वामीनारायणाच्या१५ ऑगस्ट १९४७ रोजी भारताला स्वातंत्र्य मिळाल्यावर लालकिल्यावरून पंडित नेहरूंनी राष्ट्राला संबोधून भाषण केले होते. त्यानंतर दरवर्षीच्या स्वातंत्रदिनी भारताच्या पंतप्रधानांनी राष्ट्राला उद्देशून भाषण करण्याचा प्रघात पडला आहे. लाल किल्ला व त्याचा आसपासचा परिसर संयुक्त राष्ट्रसंघाने (युनो) वैश्विक वारसा म्हणून घोषित केलेल्या वास्तूंच्या यादीत कुतुब मिनार, हुमायूनची कबर या दिल्लीमधील अजून दोन वास्तूंचादेखील समावेश केलेला आहे जीवनावरील सहजानंद प्रदर्शनात रोबोटिक्स, फायबर ऑप्टिक्स अशा अत्याधुनिक तंत्रज्ञानाचा वापर करून पंधरा डायोरामा (पारभासी चित्र) प्रस्तुत केले आहेत. तसेच भारतीय इतिहासातील प्रसंगांवर आधारित प्रदर्शन आणि उपनिषदांमधील संदेश सांगणारे संगीतमय कारंजे या मंदिराच्या आवारात पाहावयास मिळतात.

याशिवाय इस्कॉनचे श्री श्री राधा पार्थसारखी मंदिर देखील प्रेक्षणीय आहे.

ऐतिहासिक व वास्तूशास्त्रीय ठिकाणे

अशोकाच्या राजाज्ञा

सम्राट अशोकाच्या काळाताल शिळेमध्ये कोरलेल्या राजाज्ञांचा

दिल्लीपासून २०-२५ किलोमीटर दूर असलेल्या बहापूर गावातील कालका देवीच्या मंदीराजवळ नुकताच शोध लागला आहे. यामुळे इसवीसनापुर्वी तिसऱ्या शतकातील ऐतिहासिक रस्त्यांच्या नकाशात दिल्लीचे स्थान निश्चित झाले आहे. मौर्य वंशाच्या या शिळेत कोरलेल्या राजाज्ञा महत्त्वपूर्ण व्यापारी मार्गावर उभारल्या जात असत.

चांदणी चौक -मुघल सम्राट शहाजहान याची मुलगी जहाँ आरा हिने चांदणी चौकाची योजना साकारली होती. लाल किल्ल्याच्या मुख्य दरवाज्यापासून पूर्वेला असलेल्या या ऐतिहासिक चांदणी चौकाला त्या काळच्या शहाजानाबादचे केंद्र म्हणता येईल येथे यमुनेचे पाणी कालव्यांच्या द्वारे खेळवले होते. व ते रात्रीच्या वेळी चांदण्यात चमकत असे, त्यामुळे त्याला चांदणी चौक म्हणत असावेत. आता जरी हे सर्व कालवे बुजवले असले तरी त्यांच्या चारशे वर्षापुर्वीच्या इतिहासाशी अतूट संबंध आहे. जुन्या दिल्लीच्या या हमरस्त्यावर वैविध्यपूर्ण बाजार अजूनही आहेत. अतिशय गर्दीच्या व वाहतूकीच्या दृष्टीने जिकरीच्या या भागात आशिया खंडातील सर्वात मोठी घाऊक विक्रीची बाजारपेठ आहे. येथील लहान लहान गल्ल्यांमध्ये अनेक जुन्या काळच्या मौल्यवान वस्तू मिळू शकतात. रविवारी मुख्य बाजार बंद असतो. पण रस्त्याच्या कडेला छोट्या मोठ्या विक्रेत्यांची फिरती दुकाने प्रचंड उलाढाल करतात.

बेगम समरुचा राजवाडा - बेगम समरू (१७५३-१८३६) ही मुस्लिम स्त्री होती, जिने वॉल्टर रैनहार्ट नावाच्या एका भाडोत्री सैनिकाच्या प्रेमाखातर खिश्चन धर्म स्वीकारला होता. प्रचंड मोठे स्तंभ असलेला तिचा राजवाडा आज भगीरथ पॅलेस या नावाने ओळखला जातो. आज येथे इलेक्ट्रोनिकल वस्तूंची महत्त्वपूर्ण घाऊक व किरकोळ बाजारपेठ आहे. कोतवाली (पोलीस स्टेशन) -१८५७ च्या स्वातंत्र्य लढ्यानंतर ब्रिटीशांनी जेव्हा दिल्लीची ताबा मिळवला तेव्हा मुख्य चौकातील कोतवालीला महत्त्व प्राप्त झाले. स्वातंत्र्यलढ्यातील अनेक सैनिकांना येथे फासावर लटकवण्यात आले कॅप्टन हेडसनने शिरच्छेद केलेल्या मुघली शहाजाद्यांची मुंडकी येथे मिरवत आणली होती.

गांधीस्मृती - ३० जानेवारी १९४८ रोजी झालेल्या गांधीजींच्या हत्येचे स्थळ म्हणजे बिर्ला हाऊस (कॅनॉट प्लेसपासून ४कि.मी अंतरावर)

हूमायूनची कबर

येथील आवारात त्यांच्या नेहमीच्या प्रार्थनास्थळावर त्यांचे एक दगडी स्मारक बांधलेले आहे.

गलिब हवेली - सुप्रसिद्ध उर्दु कवी मिर्झा गालिब (१७९६-१८६९) यांची हवेली जुन्या दिल्लीत बल्लीमारन येथे कासिम जान गल्लीत आहे. जीवनाच्या अखेरीस चार वर्षे गालीब यांचे वास्तव्य येथे होते. पुरातत्त्वशास्त्रीय विभागाने या हवेलीचा जीर्णोद्धार केला आहे. व हवेलीचे जुने वैभव पुनः स्थापित केले आहे. येथे एक वस्तुसंग्रहालयापण आहे, यात गालिब यांच्या जीवनाचे व काळाचे जवळून दर्शन होते. मिर्झा गालिब यांच्या जयंतीच्या दिवशी म्हणजे २७ डिसेंबर २००० रोजी यांचे उद्घाटन करून त्याला जनतेसाठी खुले करण्यात आले.

हौज खास -

अल्लाहुद्दीन खिलजीने १३०५ साली सिरीच्या नागरिकांसाठी हा मोठा पाण्याचा हौद बांधला. पन्नास वर्षानंतर फिरोजशाहा तुघलकाने या पाण्याच्या टाकीमध्ये जरूरी डागडुजी करवली व त्यांच्या जवळ एक मदरसा पण सुरू केला. या ठिकाणची विशेष गोष्ट म्हणजे मदरस्त्यात रहाणाऱ्या मौलवी किंवा ज्ञानी लोकांच्या राहाण्यासाठी बनविलेल्या खोल्या.

यांची रचना अशी केली होती की, उन्हाळ्यात त्या थंड राहतील व हिवाळ्यात उबदार राहतील.

हूमायूनची कबर -

मुघली सम्राट हुमायूनची ही भव्य कबर त्याची विधवा हाजी बेगम हिने बांधून घेतली असे मानण्यात येते. उद्यानासारख्या परिसरात कबर बांधल्याचे हे मुघली राजवटीतील पहिलेच उदाहरण म्हणता येईल. यूनेस्कोने याला वैश्विक वारसा स्थळ म्हणून मान्यता दिली आहे. अफगाणिस्थानमधल्या हेरत नावाच्या गावचे वास्तुशास्त्रज्ञ सय्यद महम्मद इब्न मिराक घियासुद्दीन आणि त्याचे वडील मिराक घियासुद्दीन यांनी या कबरीचे डिझाईन केले आहे. या कबरीचे बांधकाम १५६२ मध्ये सुरु झाले. व १५७० मध्ये समाप्त झाले. यावर त्या काळी पंधरा लाख रूपये खर्च झाला होता. एका मुघली बागेच्या मध्यात आठ मीटर उंचीच्या चौथऱ्यावर पारंपारिक चार बांध शैलीत ही लाल वालुकाश्मात बनवलेली

कबर स्थित आहे. या चौरस बागेत छोट्या वाटांनी लहान लहान चौरस विभाग पाडलेले आहेत.

चौथऱ्याच्या मध्यभागी कबर आहे. व डिझाईनला हश्त बिहिश्त असे नाव आहे. यात एका चौरस किंवा आयताचे नऊ विभाग पाडले

खुनी दरवाजा

जातात. आणि मधला विभाग मुख्य कबरीच्या दालनासाठी राखून ठेवला जातो. धीरगंभीर अशा मधल्या दालनाच्या चार बाजूंना कमानदार कक्ष व चार कोपऱ्यांत छोटी अष्टकोनी दालने आहेत. कक्षांमध्ये नक्षीकाम केलेल्या जाळ्या बसवलेल्या आहेत. मध्यवर्ती दालनात हूमायूनची कबर असली तरी प्रत्यक्षात त्याचे शव त्या दालनाच्या खाली खोलवर असलेल्या एका दालनात पुरलेले आहे.

या मकबऱ्यात मुघली राजघराण्यातील अनेक व्यक्तींना दफन करण्यात असून येथे असे अनेक थडग्यांवरचे दगड दिसून येतात. या कबरीवरूनच ताजमहलाची रचना केली गेली असेही म्हणतात. येथील अन्य थडगी किंवा स्मारके अशी आहेत. नाव्ह्याची कबर, नीला गुंबड, अरब सराई, बडा बताशेवाला महल, बु हलीमा उद्यान, इसा खानची कबर वगैरे. आगा ख़ान ट्रस्ट फॉर कल्चर यांनी हुमायूनच्या कबरीच्या जीर्णोद्धाराचे काम हाती घेऊन ते २००३ साली पूर्ण केले. या मुळे या ऐतिहासिक स्मारकाला पुनरूज्जीवन मिळाले आहे.

इंडिया गेट जंतर मंतर - जयपुरचे मिर्झाराजे (दुसरे) यांनी १७१९ मध्ये ही असामान्य वेधशाळा बांधली. या वेधशाळेच्या आजुबाजूला

नारळाची मोठी झाडे आहेत. गवंडी बांधकामातून निर्माण केलेली खगोलशास्त्रीय उपकरणे हे ह्या वेधशाळेचे वैशिष्ट्य आहे. आकाशातील ग्रह तारे यांची हालचाल व गती यांचा अभ्यास करण्यासाठी या उपकरणांचा वापर केला जात असे. येथील सर्वात मोठ्या उपकरणाचे नाव सम्राट यंत्र आहे. याचा आकार एका काटकोन त्रिकोणासारखा आहे. वेगवेगळ्या वेळी पडणाऱ्या सूर्याच्या सावलीवरून समय आहेत. ज्यांच्या द्वारे सूर्य, चंद्र व अवकाशातील अन्य ग्रहगोलांचा गतींचा तसेच ग्रहणाचा निर्देश करण्याची व्यवस्था आहे. अशा खगोलशास्त्रीय वेधशाळा दिल्लीशिवाय जयपूर वाराणसी, उज्जैन व मथुरा येथे पण जयपूरच्या या राजाने बांधल्या होत्या.

संसद भवन - भारताच्या लोकशाहीचा केंद्रबिंदू म्हणजे पार्लमेंट हाऊस किंवा संसद भवन हे विजय चौकाच्या वायव्येला आहे. १७१ मीटर व्यासाची ही गोल आकाराची इमारत आहे व १४४ स्तंभ आहेत व प्रत्येक स्तंभाची उंची ८.३ मीटर्स आहे. या भवनातील घुमट असलेला गोल सेंट्रल हॉल, आणि तीन अर्धगोलाकार इमारती यांच्यात मिळून लोकसभा, राज्यसभा आणि एक अतिशय उत्तम ग्रंथालय स्थित आहेत. हे ग्रंथालय आशिया खंडातील पार्लमेंटरी ग्रंथालयांमधील सर्वोत्कृष्ट ग्रंथालय समजले जाते.

खूनी दरवाजा - बहादूर शहा जफर मार्गावर असलेला हा भव्य दरवाजा अफगाणी राजा शेरशाह सुरी याची राजधानी शेरगढ येथे जाण्यासाठीचे उत्तरेकडील द्वार म्हणले जाते. औरंगजेबाने सत्तेच्या स्पर्धेमध्ये त्याच्या सख्ख्या भावाचे म्हणजे दारा शिकोहचे मस्तक कापले व या दरवाज्यावर लटकावून ठेवले होते. त्यामुळे या दरवाज्याला खूनी (रक्तलांछित) दरवाजा नाव पडले. येथेच शेवटचा मुघली बादशाहा बाहादुर शाह जाफर यांचे दोन मुलगे व एक नातू यांना १८५७ मध्ये ब्रिटिशांच्या गोळ्यांना सामोरे जावे लागले होते आणि त्यांचे मृतदेह लोकांना दाखवण्यासाठी येथेच ठेवले होते.

जुने सचिवालय - १९१२ साली मोन्टॅग्यू थॉमस यांनी या सचिवालयाचे बांधकाम निव्वळ काही महिन्यात पार पाडले. आता येथे दिल्ली विधानसभेची कार्यालये आहेत.

पुराना किला- अफगाणी राजा शही सुरी याने १५३८ ते १५४५

कुतुबमिनार

या किल्ल्याच्या भोवती उंच भिंती व एक रूंद खंदक होता. खंदक यमुना नदीला जोडलेला होता. त्या किल्ल्याचे तीन भव्य दरवाजे (हूमायून दरवाजा, तलाकी दरवाजा व बडा दरवाजा) वास्तुशिल्पशास्त्रातील चमत्कार समजले जातात. आता बडा दरवाजा हे किल्ल्याचे मुख्य प्रवेशद्वार म्हणून वापरले जाते. आतल्या विस्तीर्ण परिसरात वेगवेगळ्या शानदार इमारती दिसतात. किला-इ-कुन्हा नावाची मशीद, एक पायऱ्यांची विहीर, जमिनीखालची दालने, वालुकाश्म व संगमरवरापासून बनवलेली एक दोन मजली अष्टकोनी मिनारवजा इमारत शेरमंडल, एक हमामखाना वगैरे. वास्तुशास्त्रीय उत्खननात येथे सापडलेल्या अनेक वस्तु येथील वस्तुसंग्रहालयात ठेवलेल्या आहेत. येथील एका छोट्या तळ्यात नौकाविहाराचा आनंदसुद्धा घेता येतो. रात्रीच्या वेळी येथे प्रकाशझोतांद्वारे दीपन केले जाते जे अतिशय नेत्रदीपक असते. या ऐतिहासिक किल्ल्यामधील सुंदर आणि विस्तीर्ण हिरवळींमुळे याची भव्यता अधिकच खुलून दिसते.

कुतुब मिनार संकुल - दिल्लीच्या पर्यटन आकर्षणातील सर्वात प्रसिद्ध असलेला कुतुब मिनार युनेस्कोच्या वैश्विक वासरसास्थळांच्या यादीत समाविष्ट केलेला आहे. हा विजयस्तंभ पूर्वी नमाजाची बांग देण्यासाठी वापरला जात असे म्हणतात. यांच्या बुंध्याच्या व्यास १४.४ मीटर्स आहे. तर सर्वात वरच्या टोकाला ह्याचा व्यास २.४ मीटर्स आहे. याची उंची ७२.५मीटर्स आहे. हा मिनार एकूण पाच मजली आहे.

यातील तीन मजले लाल वालुकाश्मातून तर दोन मजले संगमरवर आणि वालूकाश्मातून बांधलेले आहेत. प्रत्येक मजला बाहेरून पाहणाऱ्यालासुद्धा वेगळा कळून येतो. कारण प्रत्येक मजल्यावरून बाहेर डोकावणारे सज्जे आहेत. या मिनाराची सुंदर प्रमाणबद्धता व त्याच्या पृष्टभागाला सुशोभित करणारे चुणीदार नक्षीकाम यांच्यामुळे त्याची उंची अधिकच डोळ्यात भरते.

गुलाम वंशातील राजा कुतुबुद्दीन ऐबक या मिनाराच्या बांधकामाची सुरुवात ११९२ साली केला व पहिला मजला बांधला. त्यानंतरच्या दोन मजल्यांचे बांधकाम त्यांचा जावई व वारसदार शमसुद्दीन इल्तमश यांच्या कारकीर्दित १२३० साली पूर्ण झाले. मिनारावरील शिलालेखाद्वारे असे निदर्शनास येते की, १३२६ साली त्यात काही पडझड झाली होती. व महम्मद -बिनतुघलकाने त्याची डागडूजी केली होती. त्यानंतर १३६८साली फिरोज शाह याने वरचा मजला पुन:प्रस्थापित केला व त्यावर अजून दोन मजले चढवले. या दोन मजल्यांच्या बांधकामात त्याने संगमरवरचा मुबलकपणे वापर केला.

११९२-११९८ या काळात कुव्वत -उल-इस्लाम ही मशीद कुतुबद्दीन ऐबक याने राय पिठोरावरील मिळवलेल्या विजयाच्याप्रीत्यर्थ बांधली. भारतात अस्तित्त्वात असलेल्या मशिदींपैकी ती एक कदाचित सर्वात जुनी मशीद असावी.

कुतुब मिनाराच्या परिसरात जवळजवळ ७.३७५ सेंटीमीटर आहे. तर वरच्या भागातला व्यास ३४ सेंटीमीटर आहे. गुप्त राजवटीतील सुप्रसिद्ध सम्राट चंद्रगुप्त विक्रमादित्याच्या काळात इ.स. ३७५ ते ४१३ मध्ये याची निर्मिती झाली असावी असा तज्ञांचा दावा आहे.साची जवळच्या उदयगिरी गृहांच्या संकुलात याचा प्रथम शोध लागला असे म्हणण्यात येते. जवळपास १६०० वर्षात उघड्यावर असलेल्या खांबाला अजिबात गंज लागलेला नाही, हे त्याचे वैशिष्ठ्य आहे. त्या काळच्या धातुविद्येची ही कमाल समजावून घेण्यासाठी अनेक भारतीय व विदेशी संशोधकांनी बरेच संशोधन केले आहे. या खांबावर काही मजकूर किंवा लेख कोरलेला आहे. त्यापैकी सर्वात मजकूर संस्कृत भाषेतला आहे. व त्यासाठी ब्राह्मी लिपी वापरण्यात आली आहे. तोमर राजा अनंगपाल द्वितीय (इ.स.१०५२) याच्या संबंधीचा उल्लेख अजून एका कोरीव

राष्ट्रपति भवन

लेखात मिळतो. याच्या कारकिर्दीतच हा खांब दिल्लीला नेण्यात आला असे मानले जाते. खांबाच्या वरच्या भागात एक खोल छिद्र आहे, ज्यामुळे त्या खांबाच्या वरच्या भागात अजून काहीतरी जोडलेले असावे असा कयास केला जातो. हा विष्णू या देवतेचा मानदंड असावा व वरच्या भागात विष्णूचे वाहन गरूड याची प्रतिमा जोडलेली असावी समज आहे.

इल्तमशाची कबर या लोखंडी खांबाच्या वायव्येला आहे. इल्तमशाचा मृत्यू १२३५ साली झाला पण त्याची कबर त्याच्या हयतीतच म्हणजे १२३५ मध्ये बांधली गेली होती. भारतीय इस्लामिक वास्तुशिल्पाचा हा उल्लेखनीय नमुना आहे. या परिसरात अल्लाउद्दीन, बालबान, आणि अधमखान (सम्राटअकबराच्या दाईचा मुलगा) अश्या अन्य लोकांच्या कबरी आहेत.

अलाई दरवाजा हा इस्लामिक वास्तुशास्त्राचा एक अप्रतिम नमुना म्हणून ओळखला जातो. या चौरस घुमटाकार दरवाज्यात लाल वालुकाश्म आणि संगमरवरामध्ये अतिशय नाजूक नक्षीकाम केलेले आहे. अल्लाउद्दीन खिलजीला युद्धातील विजयाचे स्मारक म्हणून कुतुबमिनाराच्या दुप्पट उंचीचा एक मिनार बांधण्याची इच्छा होती. त्यासाठी त्याने अलाई मिनाराचे बांधकाम कुतुबमिनाराच्या उत्तरेला ते सुरू पण केले होते. परंतु या मिनाराची उंची २७ मीटर इतकी होण्यापर्यंतचे बांधकाम झाल्यावर अल्लाउद्दीनचा मृत्यू झाला. त्यानंतर या महत्वाकांक्षी प्रकल्पावर काम करायला कोणीच तयार नव्हते व अलाई मिनाराचे बांधकाम अर्धवटच राहिले.

राष्ट्रपति भवन - भारताच्या राष्ट्रपतींचे निवासस्थान ही रायसीना हिलवरील एक अतिशय प्रेक्षणीय इमारत आहे. याचे क्षेत्रफळ ३३० एकर असून जगातील सर्वात मोठ्या निवासस्थानांमध्ये याची गणना होते. सर एडविन लुट्येन्स यांनी या इमारतीचे डिझाईन केले असून यात ३४० खोल्या, ३७ दालने, ७४ कक्ष आणि सज्जे, १ किलोमीटर कॅरिडॉर, १८ जिने व ३७ कारंजी आहेत. या इमारतीच्या पुढच्या भागात एक मोठे आवार आहे व मागच्या बाजुला मुगल गार्डन्स आहेत. ही मुगल गार्डन्स फेब्रूवारी महिन्यात आम जनतेसाठी खुली ठेवली जातात. राष्ट्रपति भवनातील सर्वात भव्य आणि अलीशान दालन म्हणजे दरबार हॉल. राष्ट्रपति भवनाच्या मुख्य घुमटाच्या बरोबर खाली हा हॉल आहे. भारताच्या राष्ट्रपतींच्या सर्व औपचारिक समारंभाचे आयोजन या हॉलमध्येच केले जाते.

लाल किल्ला - लाल किल्ला ही भारताच्या इतिहासातील अनेक महत्वपूर्ण प्रसंगांना साक्षी असलेली वास्तू आहे. नुकतेच युनेस्कोने वैश्विक वारसा असलेल्या वास्तूंच्या यादीत लाल किल्ल्याला समाविष्ट केले आहे. मुघल सम्राट शहाजहानने आपली राजधानी आग्र्याहून दिल्लीला हलविण्याचा निर्णय घेतला. व १६३९ साली लाल किल्ल्याच्या बांधकामाला सुरवात

लाल किल्ला

केली. याचे बांधकाम पूर्ण व्हायला नऊ वर्षे लागली. याचा आकार एका अनिमित अष्टकोनासारखा आहे.याचा संपूर्ण परीघ २किलोमीटर आहे. शहाजहानने वसवलेल्या शहाजहानाबाद या नगरीचा हा बालेकिल्ला होता. याच्या कोटांच्या बाजूने एके काळी यमुनेचे पाणी खेळत असे. दिल्लीतील हा शेवटचा किल्ला असून येथे मुघलांचा उत्कर्ष व ऱ्हास, ब्रिटिश राजवट भारताचा स्वातंत्र्यदिवस वगैरे अनेक ऐतिहासिक प्रसंग पाहिले आहेत.

वास्तुकलेचा उत्कृष्ट नमुना म्हणता येईल असे किल्ल्याचे मुख्य प्रवेश द्वार म्हणजे लाहोर गेट.येथून आपल्याला चट्टा चौक या बाजारात प्रवेश करता येतो. येथे पूर्वी जडजवाहिर व किनखाबाचे जरतारी कापड विकले जात असे. याच्या पलीकडे नौबतखाना आहे जेथे समारंभाच्या वेळी संगीत वाजवले जाई. दीवाण-ए-आम हे प्रचंड मोठे ६० खांबी दालन आहे. येथे बादशाहा सर्वसामान्य जनतेला दर्शन देत असे. याच्या शेजारी रंग महाल आहे. ज्यामध्ये उमटलेल्या कमळाच्या आकाराचे एक संगमरवरात कोरलेले कारंजे आहे. त्याच्या जवळच पांढऱ्या संगमरवरात बनवलेला दीवाण-ए-खास आहे. येथेच सुप्रसिद्ध मयुर सिहांसन ठेवलेले असे. व बादशाहा येथेच महत्त्वाच्या अमीर उमरावांबरोबर खाजगी भेटी घेत असत. नादीरशाहाने १७३९ साली दिल्लीवर हल्ला केला व त्यात हे मयूर सिंहासन त्याने लुटून नेले. बादशहाचा व्यक्तिगत महाल म्हणजे खास-महल याच्या जवळच आहे. तिथून थोड्या अंतरावर संगमरवरी जमिनी असलेला, तीन दालनांचा व अतिशय अलीशान असा शाही हमाम आहे. हमाम खान्याच्या पश्चिमेला मोती मस्तिज आहे,जी औरंगजेबाने १६५९ साली बांधली. तरी ही संगमरवरी मस्जिद विलक्षण सुंदर आहे. किल्ल्याच्या आतील विस्तीर्ण जागेत अनेक नक्षीदार इमारती, हौद, बागा, दोन वस्तुसंग्रहालये व एक युद्धस्मारक आहेत. संध्याकाळच्या वेळी येथे एक दृकश्राव्य कार्यक्रम सादर केला जातो ज्यात दिल्ली व लाल किल्ल्याच्या इतिहासाचे पुर्ननिर्माण केले जाते.

सफदरजंगची कबर - एका सुंदर व मोठ्या उद्यानातील उंचवट्याच्या जागी बांधण्यात आलेले हे दिमाखदार स्मारक म्हणजे एका पुत्राने त्याच्या पित्याला वाहिलेली श्रद्धांजली आहे. मुघल बादशाहा मुहम्मद शाह याचा

वजीर व अवधचा दुसरा नवाब सफदरजंग याचा मुलगा नवाब शिया - उद-दौला याने १७५३ -५४ साली ही कबर त्याच्या वडिलांच्या स्मृत्यर्थ बांधली. या कबरीला मुघली वास्तुशास्त्राचा शेवटचा किरण असे ही म्हटले जाते. यात अनेक छोटे छोटे शामियाने आहेत. ज्यांची नावे मोठ्या कल्पकतेने देण्यात आली आहेत. उदा. जंगली महल, मोती महल, बादशाहा पसंद वगैरे. या संकुलात एक मदरसादेखील आहे. याच्या मुख्य दरवाज्याच्या वरच्या भागात आर्कियॉलॉजिकल सर्व्हे ऑफ इंडियाने चालवलेले एक ग्रंथालयपण आहे.

शमसी तालाब आणि जहाज महल - १२३० साली तलाव हा पाण्याचा हौद बांधण्यात आला. मेहरौलीच्या बागांच्या मध्ये हा तलाव आहे. व तेथे एका पैगंबराच्या पुसटशा पदचिन्हावर एक छत्री बांधलेली मिळते. जवळच एक अमराई आहे व जेथे एक दिवसाची सहल आयोजीत करणे शक्य आहे. या तलावातच एका जहाजासारखी रचना आहे. ज्याला जहाज महल असे म्हणतात. या छोट्या स्मारकाच्या जागी फूलवालोंकी सैर या सांप्रदायिक ऐक्याचे प्रतीक वार्षिक महोत्सवाच्या वेळी काही सांस्कृतिक कार्यक्रमांचे आयोजन केले जाते.

वस्तु संग्रहालये व कलादालने - एअर फोर्स म्युझियम व वॉर

फील्ड म्युझियम

मेमरियल- भारताच्या वायूदलीच्या इतिहासाबद्दल माहिती देणारे हे वस्तुसंग्रहालय पालमजवळ स्थित आहे. यात विमाने व त्यांची छायाचित्रे व आराखडे यांचा दुर्मिळ संग्रह आहे. पहिल्या महायुद्धात आपल्या वैमानिकांनी दाखवलेल्या अभूतपूर्व शौर्यांची गाथा यात वर्णन केलेली आहे. देशाच्या गौरवासाठी आपल्या जीवनाचे मोल देणाऱ्या वायुदलाच्या वीरांना श्रद्धांजली देणारे एक स्मारक येथे आहे.

क्राफ्ट म्युझियम -प्रगती मैदानावर स्थित या अद्वितीय म्युझियममध्ये भारतीय हस्तकला आणि कारागिरांचे दुर्मिळ व वैभवसंपन्न प्रदर्शन पहावयास मिळते. भारतीय कारागरीला प्रोत्साहन देऊन त्याचे संवर्धन करण्यासाठी हे म्युझियम १९५६ साली प्रस्थापित केले गेले. येथे कुशल कारागीर स्वहस्ते काम करतांना पहाण्यास मिळतात. एका खेड्यातील मातीच्या झोपड्यांमध्ये वेगवेगळ्या लोककला व आदीवासी वस्तुंचे प्रदर्शन पाहणाऱ्याला त्या वातावरणात घेऊन जाते. अनेक पर्यटकांनी या म्युझियमला आत्तापर्यंत भेट दिली आहे. येथे निरनिराळ्या वस्तू व कापड किंवा वस्त्रे विक्रीस ठेवलेली आहेत.

फील्ड म्युझियम - ऐतिहासिक पुराना किला येथे हे म्युझियम आहे. या किल्ल्याच्या परिसरात केलेल्या उत्खननात मिळालेल्या अतिशय दुर्मिळ व मौल्यवान वस्तू येथे ठेवलेल्या आहेत. यातील महत्त्वपूर्ण वस्तू अशा आहेत. ई.स.पू. २०० ते १०० वर्षे जुनी शुंग कालातील नाणी व टेराकोटा प्लाक्स ई.स.पू. ३०० मौर्य काळातल्या टेराकोटापासून बनवलेले लहान सुशोभित पुतळे, गुप्त काळातील (इ.स.४००ते ६००) नाणी, कोरीव मुद्रा आणि मूर्ती बालबान (१२६६-८६) महम्मद बिन तुघलक (१३२५-५७) या काळातील नाणी, सोळाव्या शतकातील चिनी मातीची भांडी तसेच मुघल काळातील काचेची मद्यपात्रे.

गांधी नॅशनल म्युझियम- राज घाटाजवळील गांधीजींच्या स्मारकाजवळ असलेल्या या म्युझियममध्ये गांधीजींच्या रोजच्या वापरातील अनेक वस्तू ठेवल्या आहेत. येथे त्यांचे घड्याळ, काठी, चष्मा, चरखा, पादत्राणे, टाक किंवा बोरू वगैरे अजुनही पहायला मिळतात. कारावासात असतांना त्यांनी वापरलेली स्वयंपाकाची भांडीकुंडी व ज्या गोळीने त्यांची हत्या झाली ती गोळी येथे ठेवलेली आहे. एक छोटे ग्रंथालय व माहिती केंद्र

आहे. येथे एक छोटे ग्रंथालय व माहिती केंद्र आहे. यात हस्तलिखिते व मायक्रोफिल्म्सच्या माध्यमातून पुराभिलेखित माहिती उपलब्ध आहे.

इंडियन वॉर मेमोरियल, लालकिल्ला- लालकिल्ल्यातील नौबतखान्याच्या वरच्या मजल्यावर असलेले हे स्मारक ब्रिटिशांच्या राजवटीत झालेल्या विश्व महायुद्धात मर्दुमकी गाजवणाऱ्या सैनिकांच्या स्मृतीप्रीत्यर्थ प्रस्थापित केले आहे. पहिले विश्व युद्ध न मुघल राजवटीच्या काळातील शस्त्रास्त्रांच्या एक सुंदर संग्रह येथे पहावयास मिळतो.

इंदिरा गांधी मेमोरियल म्युझियम- ३१ ऑक्टोबर १९८४ रोजी तत्कालिन पंतप्रधान श्रीमती इंदिरा गांधी यांची त्यांच्याच निवासस्थानी त्यांच्याच सुरक्षाकर्मींद्वारे हत्या झाली. त्या स्थळावर आता एक स्मारक बनविले आहे. त्यांच्या रोजच्या वापरातल्या वैयक्तिक वस्तू येथे जतन करून ठेवलेल्या आहेत.

नॅशनल म्युझियम - १९६० साली प्रस्थापित केलेले हे म्युझियम भारतातील सर्वात महत्त्वाचे म्युझियम आहे. यात भारताचा पाच हजार वर्षांचा इतिहास जतन करून ठेवला आहे. येथे आपल्याला भारतीय कला व कारागिरीचा सर्वात मोठा व व्यापक संग्रह पहावयास मिळेल. पूर्वएतिहासिक, सिंधू संस्कृतीतील, मौर्य, गांधार आणि गुप्त काळातील प्राचीन वस्तू,ब्राँझचे पुतळे, लघुचित्रे, भित्तीचित्रे, मध्य आशियातील पुरातन वस्तु कपडे कलाकुसरीचे नमुने येथे जतन करू ठेवलेले आहेत. मानवंशशास्त्रज्ञ व हस्तकला यांचे स्वंतंत्र विभाग आहेत. जवळच असलेल्या नॅशनल आर्क्वाइव्हज मध्ये अनेक पुरातन दस्तऐवज व नोंदी जतन केल्या आहेत.

नॅशनल म्युझियम ऑफ नॅचरल हिस्टरी -पर्यावरण आणि वन मंत्रालयातर्फे हे म्युझियम सांभाळले जाते. भारतीय विपुल वनस्पती व प्राणीसृष्टीची जवळून माहिती या म्युझियममध्ये मिळते. येथील डिस्कव्हरी रूममध्ये लहान मुलांना प्राण्यांची मॉडेल्स बनवणे, किंवा त्यांचे नमुने हाताळणे अशा सृजनात्मक उपक्रमात भाग घेता येतो.

नॅशनल रेल म्युझियम - दहा एकर क्षेत्रफळाच्या विस्तारात पसरलेल्या या म्युझियमध्ये रेल्वेची निरनिराळी इंजिने व डबे पहायला मिळतात. १८५३ साली मुंबई ते ठाणे या मार्गावर धावलेल्या भारतातील पहिल्या रेल्वे गाडीचे मॉडेल पण येथे ठेवलेले आहे. लहानशा रूळांवरून चालणारी

एक छोटी रेल्वे गाडी लहान मुलांना सगळ्या म्युझियमची चक्कर मारून आणते व त्यामुळे लहान मुलांना ते फारच प्रिय आहे. १८५५ साली निर्माण केलेले द फेअरी क्वीन हे इंजिन म्हणजे त्या काळातील जतन करून ठेवलेले सर्वोत्कृष्ठ इंजिन समजले जाते.

नॅशनल सायन्स सेंटर म्युझियम - लहान मुलांच्यात विज्ञानाविषयी रस निर्माण व्हावा आणि त्यांच्या ज्ञानात भर पडावी यासाठी विविध वैज्ञानिक मॉडेल्सचा अतिशय मोठा संग्रह येथे आहे. त्यांच्या ज्ञानात भर पडावी यासाठी विविध वैज्ञानिक मॉडेल्सचा अतिशय मोठा संग्रह येथे आहे.

नेहरू मेमोरियल म्युझियम (तीन मूर्ती हाऊस) - भारताचे पहिले पंतप्रधान पंडीत जवाहरलाल नेहरू यांचे वास्तव्य तीन मुर्ती भवनात १६ वर्षे होते. त्यांच्या मृत्यूनंतर या घराचे रूपांतर करून तेथे एक म्युझियम व संशोधनासाठीचे ग्रंथालय निर्माण केले गेले. त्यांचे शयनगृह व अभ्यासिका मात्र पूर्ववत जतन केल्या आहेत. या घराच्या पाठीमागची गुलाबाची बाग अत्यंत सुंदर आहे. येथे ट्रिस्ट विथ डेस्टिनी या नावाच्या दृकश्राव्य कार्यक्रम दररोज संध्याकाळी सादर केला जातो.

या भवनाच्या आवारात नेहरू प्लॅनेटेरियमसुद्धा आहे. येथे भारतीय अवकाश कार्यक्रमाविषयी विशेष माहिती मिळू शकते. नेहरू मेमोरियल म्युझियमच्या समोरच्या भागात तीन मुर्ती मेमोरियल हे पहिल्या विश्व युद्धात शहीद झालेल्या भारतीय सैनिकांचे स्मारक स्थित आहे.

याशिवाय सुलतान फिरोज शाह याने शिकारीच्या वेळेचे विश्रांतीगृह म्हणून बांधलेला कुशल महल हे पण येथील आकर्षण आहे.

नॅशनल फिलाटेलिक म्युझियम - पार्लमेंट स्ट्रीटवरील डाक तार भवन येथे असलेल्या या म्युझियममध्ये टपाल तिकिटांचा विपुल व समृद्ध संग्रह आहे. यात अतिशय जुनी व दुर्मिळ तिकटे भारतातील पहिले तिकिट (सिंध डाक १८५४), ब्लॅक पेनी स्टँप्स तसेच भारताला स्वातंत्र्य मिळण्याच्या अगोदरची निरनिराळ्या संस्थानांच्या संस्थानांच्या टपाल सेवेतील तिकिटे जतन करून ठेवलेली आहेत.

रेड फोर्ड म्युझियम - लाल किल्ल्यातील भव्य मुमताज महालात हे म्युझियम स्थित आहे. दिल्ली शहराच्या इतिहासाशी निगडीत सर्व वस्तू

एका छताखाली आणाव्या या उद्देशाने या म्युझियमची संस्थापना केली गेली होती. यात वेगवेगळ्या तलवारी, हुक्के, बुद्धीबळाचे डाव, चिलखते, वस्त्रे, आभुषणे, गालीचे, जडवाहिर, आरसे, नाणी अशा असंख्य वस्तू संग्रहित केलेल्या आहेत. यातील एक विभाग दिल्लीचा शेवटचा बादशहा बहादुरशाह जफर यांच्यासाठी राखून ठेवला आहे. तर एका विभागाने १८५७ च्या स्वातंत्र्यसंग्रामाशी संबंधित वस्तू आणि दिल्लीचे मध्ययुगीन नकाशे ठेवले आहेत. उत्खननात सापडलेल्या मौर्य, शुंग, कुशाण, राजपूत आणि मुस्लिम काळातील वस्तुंचा संग्रह पुरातत्व संग्रहालयात जतन करून ठेवला आहे.

संस्कृती म्युझियम- मेहरौली-गुडगांव रस्त्यावर आनंदग्राम येथे श्री. ओ. पि. जैन.यांच्या वैयक्तिक संग्रहातील वस्तुंचे प्रदर्शन आहे. या म्युझियमचे दोन ढोबळ भाग आहेत पहिल्या भागात भारतीय टेराकोटा मुर्तींचे म्युझियम आहे. देशातल्या विविध भागातून आलेल्या कलाकारांनी बनवलेल्या मातीच्या वस्तू या म्युझियममध्ये आहेत. तर दुसऱ्या भागात

तिबेट हाऊस

नॅशनल गॅलरी आणि मॉडर्न आर्ट

दैनंदिन कलेचे संस्कृती म्युझियममध्ये आहेत. ग्रामीण कलाकारांनी अतिशय कौशल्याने बनवलेल्या रोजच्या वापरातल्या वस्तू येथे पहावयास मिळतात.

शंकर्स इंटरनॅशनल डॉल्स म्युझियम -बहादूरशाह जफर मार्गाच्या पुर्वेला असलेल्या चिल्ड्रेन्स बुक ट्रस्टचा हे म्युझियम एक भाग आहे. बहादुरशाह जफर मार्गावर या व्यतिरिक्त केवळ वर्तमानपत्रांची कार्यालयेच पहायला मिळतात. या म्युझियमध्ये ८५ पेक्षाही अधिक देशांनी गोळा केलेल्या जवळपास सहा हजार बाहुल्या पहावयास मिळतात. या बाहुल्यांनी त्या त्या देशातील वेशभूषा केलेली आहे. या बाहुल्यांपैकी एक तृतीयांश बाहुल्या भारतातील वेगवेगळ्या भागांचे प्रतिनिधित्व करतात.

स्वातंत्रसेनानी म्युझियम, लाल किल्ला- भारताच्या स्वातंत्र्यसंग्रामाला समर्पित असलेले हे म्युझियम लाल किल्ल्याच्या इशान्येला सलीमगढ येथे स्थित आहे. शेर शाहा सुरीचा मुलगा इस्लाम शाह (१५४५-५४) साली सलीमगढची निर्मिती केली. भारतीय सेनेकडून हा गढ आर्कियॉलॉजिस्ट सर्व्हे ऑफ इंडिया यांनी घेतला. व त्याच्या एका भागात म्युझियम बनवले. इंडियन नॅशनल आर्मी च्या सैनिकांना कारावासात टाकण्यासाठी ज्या बराकींचा उपयोग केला गेला होता, त्यांना त्या स्मारकाचे रूप दिलेले

आहे. यातील प्रमुख वस्तुंमध्ये सुभाषचंद्र बोस यांची छायाचित्रे कर्नल गुरूबक्ष सिंग यांचा गणवेश, बुट व कोटाची बटणे वगैरेंचा समावेश होतो. यातील एका गॅलरीत या किल्ल्यात केलेल्या उत्खननात सापडलेल्या पुरातन वास्तु ठेवलेल्या आहेत.

तिबेट हाऊस- लोदी रोडवरील या छोट्याश्या म्युझियममध्ये तिबेटी कला व कारागिरीचे उत्तम नमुने पहायला मिळतात. अठराव्या शतकातील थनके, जुन्या चलनी नोटा, शिरस्त्राणे, प्रार्थनेत वापरण्याच्या वस्तू आणि संगीतातील वाद्ये येथे पहायला मिळतात. येथे एक ग्रंथालय व एम्पोरियम देखील आहे.

दिल्लीतील अन्य महत्त्वपूर्ण म्युझियम अशी आहेत. बाल भवन नॅशनल चिल्ड्रेन्स म्युझियम आणि अक्वेरियम (कोटला रोड) म्युझिकल इन्स्ट्रमेंट्स गॅलरी (संगीत नाटक अकादमी, कोपनिकर्स रोड) श्री निवा मल्लाह थिएटर क्राफ्ट्र म्युझियम (दीन दयाळ उपाध्याय मार्ग)

नॅशनल गॅलरी आणि मॉडर्न आर्ट - जयपूरच्या राजघराण्याच्या पूर्वीच्या निवासस्थानी म्हणजे जयपूर हाऊस येथे स्थित या आर्ट गॅलरीत २००० हून अधिक तैलचित्रे मूर्ती आणि रेखाटने प्रदर्शित केलेली आहेत. यात जामिनी रॉय रविंद्रनाथ टागोर, राजा रवी वर्मा, अमृता शेरगिल तसेच थॉमस डॅनिएल व विल्यम डॅनिएल अशा ऐकोणीस व विसाव्या शतकातील कलाकारांच्या कलाकृती ठेवलेल्या आहेत.

★★★